みんなの日本語
初級I 第2版

Minna no Nihongo

Tiếng Nhật sơ cấp I
Bản dịch và Giải thích Ngữ pháp—Tiếng Việt

翻訳・文法解説
ベトナム語版

スリーエーネットワーク

© 2008 by 3A Corporation

All rights reserved. No part of this publication may be reproduced, stored in a retrieval system or transmitted in any form or by any means, electronic, mechanical, photocopying, recording, or otherwise, without the prior written permission of the Publisher.

Published by 3A Corporation.
Trusty Kojimachi Bldg., 2F, 4, Kojimachi 3-Chome, Chiyoda-ku, Tokyo 102-0083, Japan

ISBN978-4-88319-633-3 C0081

First published 2008
Second Edition 2013
Printed in Japan

LỜI MỞ ĐẦU

Cuốn sách này, như tiêu đề **Minna no Nihongo** của nó biểu thị, là cuốn sách được viết ra để cho người học tiếng Nhật có thể vui học, đồng thời giáo viên cũng có thể tìm thấy nhiều điều thú vị trong việc giảng dạy. Là thành quả của quá trình thiết kế và biên soạn trong một khoảng thời gian hơn 3 năm, cuốn sách này là một cuốn sách tiếng Nhật bài bản, đồng thời cũng là cuốn sách anh em với cuốn **Shin Nihongo no Kiso**.

Như các bạn đã biết, tuy **Shin Nihongo no Kiso** là cuốn sách giáo khoa được biên soạn cho tu nghiệp sinh kỹ thuật, nhưng nó có nội dung phong phú và mang lại hiệu quả học tập nổi bật đối với những học viên muốn nâng cao khả năng hội thoại trong một thời gian ngắn. Vì thế cho đến tận bây giờ cuốn sách này vẫn được dùng rộng rãi không những ở Nhật Bản mà còn cả ở nước ngoài với tư cách là tài liệu học tiếng Nhật ở trình độ sơ cấp.

Trong những năm gần đây việc dạy tiếng Nhật đang ngày càng đa dạng hóa. Cùng với sự phát triển của các mối quan hệ quốc tế thì sự giao lưu với người nước ngoài ngày càng phát triển về chiều sâu. Trong bối cảnh đó, ngày càng có nhiều người nước ngoài được tiếp nhận vào Nhật Bản với những hoàn cảnh và mục đích khác nhau. Sự gia tăng của số lượng người nước ngoài này đã làm thay đổi môi trường xã hội đối với việc dạy tiếng Nhật, và sự thay đổi này đến lượt nó đã và đang ảnh hưởng đến từng cơ sở nơi mà việc dạy tiếng Nhật đang diễn ra. Sự đa dạng hóa của nhu cầu học đặt ra yêu cầu là cần phải có những đáp ứng cụ thể phù hợp với những nhu cầu riêng biệt này.

Trong một bối cảnh như thế, để đáp ứng được nguyện vọng và ý kiến của nhiều người đã từng hoạt động lâu năm trong công tác dạy tiếng Nhật ở trong và ngoài nước, Công ty 3A Corporation đã xuất bản cuốn **Minna no Nihongo**. Trong cuốn sách **Minna no Nihongo** này, một mặt chúng tôi phát huy đặc điểm của cuốn **Shin Nihongo no Kiso** là sự rõ ràng, dễ hiểu của các nội dung học và của phương pháp học. Mặt khác, bằng việc làm cho phần hội thoại mang tính toàn cầu hơn với nhiều tình huống hơn, nhiều nhân vật hơn, chúng tôi cố gắng tạo điều kiện cho học viên trên toàn thế giới có thể dễ tiếp cận hơn. Nội dung của cuốn sách được thiết kế phong phú để làm sao cho mọi đối tượng người học có thể học tiếng Nhật với niềm vui thích.

Đối tượng của cuốn sách **Minna no Nihongo** này là tất cả các bạn người nước ngoài đang cần ngay tiếng Nhật để giao tiếp ở nơi làm việc, trong gia đình, ở trường học, ở khu vực mình sinh sống, v.v.. Tuy đây là tài liệu ở trình độ sơ cấp, nhưng chúng tôi cố gắng làm sao cho những tình huống giao lưu giữa người nước ngoài và người Nhật phản ánh được trung thực hoàn cảnh sinh hoạt và cuộc sống thường ngày ở Nhật. Đối tượng chủ yếu mà chúng tôi nhắm đến là những người đã hoàn thành quá trình học tập của mình và đang làm việc hoặc sinh sống trong xã hội, nhưng chúng tôi cũng muốn giới thiệu cuốn sách này làm sách giáo khoa cho những khóa học ngắn hạn tập trung ở các trường đại học, trung học dạy nghề, hoặc cho các khóa học dự bị trước khi vào đại học.

Trong thời gian tới, để đáp ứng nhu cầu học tập ngày một đa dạng của một phạm vi rộng các đối tượng người học, Công ty 3A Corporation của chúng tôi sẽ tiếp tục tiến hành một cách tích cực công việc biên soạn và xuất bản các tài liệu phục vụ học tập, và chúng tôi chân thành hy vọng rằng các quý vị độc giả sẽ tiếp tục ủng hộ chúng tôi.

Cuối cùng, chúng tôi xin được bày tỏ sự cám ơn sâu sắc đối với sự giúp đỡ và hợp tác với công ty của các quý vị dưới các hình thức như góp ý, sử dụng thử làm tài liệu cho các giờ học, v.v. trong quá trình chúng tôi biên soạn cuốn sách này. Công ty 3A Corporation hy vọng rằng thông qua việc xuất bản những tài liệu học tiếng Nhật của mình, chúng tôi sẽ tiếp tục mở rộng hơn nữa mạng lưới giao lưu giữa các quốc gia trên toàn thế giới. Chúng tôi rất mong được sự ủng hộ và hợp tác của các quý vị.

Tháng 3 năm 1998
Công ty cổ phần 3A Corporation
Giám đốc Ogawa Iwao

LỜI NÓI ĐẦU CHO ẤN BẢN THỨ HAI
—Nhân dịp xuất bản giáo trình *Minna no Nihongo Shokyu*—

Chúng tôi rất hân hạnh phát hành ấn bản thứ hai của giáo trình *Minna no Nihongo Shokyu*. Như đã trình bày ở lời nói đầu trong ấn bản đầu tiên, *Minna no Nihongo Shokyu* là cuốn giáo trình anh em với cuốn *Shin Nihongo no Kiso* vốn được biên soạn dành cho các tu nghiệp sinh kỹ thuật.

Lần in phát hành đầu tiên của ấn bản thứ nhất là vào tháng 3 năm 1998. Thời điểm này, sự phát triển của các mối hợp tác quốc tế giữa Nhật Bản và các nước trên thế giới đã dẫn đến những thay đổi lớn ở môi trường xã hội xung quanh lĩnh vực giáo dục tiếng Nhật. Số lượng người học tiếng Nhật tăng lên nhanh chóng cùng với sự đa dạng trong mục đích và nhu cầu học đã đặt ra yêu cầu là cần phải có những đáp ứng cụ thể thích hợp với những thay đổi đó. Và để đáp ứng nguyện vọng cũng như các ý kiến đóng góp được gửi về từ các cơ sở giáo dục tiếng Nhật trong và ngoài nước, công ty 3A Corporation chúng tôi đã cho xuất bản cuốn giáo trình *Minna no Nihongo Shokyu*.

Cuốn giáo trình *Minna no Nihongo Shokyu* đã được đánh giá cao và được yêu mến sử dụng trong suốt 10 năm qua bởi sự dễ hiểu của các nội dung học và phương pháp học, tính linh hoạt cao vì có chú trọng đúng mức đến tính đa dạng của người học, đồng thời là một giáo trình được biên soạn đầy đủ về mặt nội dung, đem đến cho những người muốn học tốt hội thoại tiếng Nhật trong một thời gian ngắn hiệu quả học tập nổi bật. Tuy nhiên, ngôn ngữ là thứ thay đổi theo thời gian, và trong thời gian qua, Nhật Bản cũng như các nước khác trên thế giới đều đã chứng kiến những sự biến động lớn. Đặc biệt, trong những năm trở lại đây môi trường xung quanh ngôn ngữ tiếng Nhật và người học tiếng Nhật đã có những thay đổi lớn.

Trong bối cảnh như vậy, nhằm mục đích đóng góp được nhiều hơn nữa vào công tác dạy và học tiếng Nhật dành cho người nước ngoài, lần này công ty chúng tôi đã quyết định rà soát lại và sửa đổi một phần giáo trình *Minna no Nihongo Shokyu I, II* trên nền tảng những kinh nghiệm mà chúng tôi đã có được trong công tác xuất bản, đào tạo, đồng thời phản ánh đầy đủ vào đó tất cả những lời góp ý, những câu hỏi đã được gửi đến cho chúng tôi từ người học và các cơ sở giáo dục.

Nét chính trong thay đổi lần này là nâng cao khả năng vận dụng của người học và thay đổi những từ ngữ, tình huống không còn phù hợp với dòng chảy của thời đại. Tôn trọng những ý kiến đóng góp của người học và các cơ sở giáo dục, trong công tác biên soạn lại chúng tôi đã giữ nguyên cách bố trí với cấu trúc "dễ học, dễ dạy" như trước nay của cuốn sách, và bổ sung thêm các phần luyện tập, bài tập để người học có thể tự mình chủ động nắm bắt tình huống, suy nghĩ và biểu hiện, thay vì chỉ đơn giản là làm theo chỉ thị và luyện tập một cách thụ động như trước đây. Vì thế, trong giáo trình chúng tôi đã sử dụng nhiều các hình ảnh minh họa.

Cuối cùng, chúng tôi xin được bày tỏ lòng cảm ơn sâu sắc đối với sự hợp tác với công ty chúng tôi của các quý vị dưới các hình thức như góp ý, sử dụng thử làm tài liệu cho giờ học, v.v.. Trong thời gian tới, chúng tôi dự định phát triển thêm những giáo trình không chỉ giúp cho người học tiếng Nhật có thể giao tiếp tốt mà còn đóng góp vào các hoạt động giao lưu quốc tế giữa mọi người. Chúng tôi rất mong tiếp tục nhận được sự ủng hộ và động viên của quý vị.

Tháng 6 năm 2012
Công ty cổ phần 3A Corporation
Giám đốc Kobayashi Takuji

NHỮNG CHÚ THÍCH GỬI ĐẾN BẠN ĐỌC

I. Cấu trúc

Giáo trình **Minna no Nihongo Shokyu I** (Tiếng Nhật cho mọi người, ấn bản thứ 2, Chương trình sơ cấp I bao gồm *Quyển chính* (kèm CD), *Bản dịch và Giải thích Ngữ pháp*. *Bản dịch và Giải thích Ngữ pháp* đang được lên kế hoạch xuất bản ra 12 thứ tiếng khác nhau mà đầu tiên là bản tiếng Anh.

Giáo trình này được biên soạn với mục tiêu hướng tới phát triển 4 kỹ năng nói, nghe, đọc, viết tiếng Nhật cho người học. Tuy nhiên, phần hướng dẫn đọc, viết các chữ Hiragana, Katakana và chữ Hán không được đưa vào trong *Quyển chính*, *Bản dịch và Giải thích Ngữ pháp*.

II. Nội dung

1. Quyển chính

1) Phát âm của tiếng Nhật

Phần này giới thiệu những ví dụ về các điểm chính cần lưu ý trong cách phát âm tiếng Nhật.

2) Những cách nói dùng trong lớp học, cách chào hỏi hàng ngày và biểu hiện hội thoại, chữ số

Phần này giới thiệu những cách nói thường dùng trong lớp học, cách chào hỏi cơ bản hàng ngày, v.v..

3) Các bài học

Bao gồm các bài học từ Bài 1 đến Bài 25 với nội dung được bố trí như sau.

① Mẫu câu

Phần này giới thiệu những mẫu câu cơ bản được học trong bài.

② Ví dụ

Phần này là những mẫu hội thoại ngắn để cho người học hình dung được các mẫu câu cơ bản sẽ được dùng như thế nào trong các hoàn cảnh thực tế. Ngoài ra, ở phần này còn giới thiệu cách sử dụng của một số phó từ, liên từ mới xuất hiện hoặc những nội dung ngoài phần mẫu câu cơ bản.

③ Hội thoại

Trong bài hội thoại, nhiều nhân vật là những người nước ngoài sống ở Nhật xuất hiện trong nhiều ngữ cảnh khác nhau. Nội dung của bài hội thoại bao gồm những nội dung được học trong bài chính, cộng với những cách nói thường dùng khác như cách chào hỏi, v.v.. trong giao tiếp hàng ngày. Nếu điều kiện thời gian cho phép thì người học còn có thể sử dụng phần *Từ vựng tham khảo* ở *Bản dịch và giải thích ngữ pháp* để triển khai thêm bài hội thoại.

④ Luyện tập

Phần luyện tập được chia làm ba mức độ là A, B, C.

Phần A được trình bày dưới dạng sơ đồ trực quan để người học có thể lí giải cấu trúc ngữ pháp một cách dễ dàng. Phần này chúng tôi đã chú trọng biên soạn theo hướng vừa làm cho các mẫu câu cơ bản định hình trong người học, đồng thời còn giúp cho người học dễ nắm bắt được cách biến đổi các từ, cách nối các phần của câu.

Phần B sử dụng nhiều mẫu câu luyện tập khác nhau với mục đích củng cố thêm sự định hình của mẫu câu cơ bản trong người học. Kí hiệu (→) biểu thị rằng phần luyện tập đó sử dụng hình ảnh minh họa.

Phần C là phần luyện tập nhằm nâng cao năng lực hội thoại của người học. Người học luyện tập hội thoại bằng cách thay những từ thích hợp vào những từ gạch dưới trong đoạn hội thoại có sẵn, tuy nhiên, để tránh việc biến phần này thành phần luyện tập thay từ một cách đơn giản, chúng tôi đã tránh tối đa cách biểu thị phần phải thay bằng chữ. Do đó, những bài luyện tập ở phần này có độ linh hoạt cao, từ một bức tranh nhưng mỗi người học sẽ tạo ra những câu hội thoại khác nhau.

Đáp án mẫu của phần luyện tập B, luyện tập C nằm ở quyển riêng.

⑤ Bài tập

Phần bài tập bao gồm các bài tập nghe, bài tập ngữ pháp và bài tập đọc. Bài tập nghe có phần trả lời những câu hỏi ngắn,và phần nghe đoạn hội thoại ngắn rồi nắm bắt những ý chính. Phần Bài tập ngữ pháp là phần để người học xác nhận mức độ lí giải của mình đối với từ vựng và các nội dung ngữ pháp. Ở phần bài tập đọc, người học sẽ đọc những đoạn văn dễ hiểu, có sử dụng các từ và ngữ pháp đã học, sau đó làm các yêu cầu bài tập khác nhau liên quan đến nội dung đó.

⑥ Ôn tập

Phần này được biên soạn nhằm để người học hệ thống lại những nội dung chính đã học trong các bài trước đó.

⑦ Phần tóm tắt của phó từ, liên từ, những biểu hiện hội thoại

Phần này được biên soạn nhằm để người học hệ thống lại các phó từ, liên từ, những biểu hiện hội thoại đã được giới thiệu trong giáo trình này.

4) **Các thể của động từ**

Phần này đã tóm tắt lại các thể của động từ đã được đề cập trong giáo trình này cùng với các kết hợp phía sau chúng.

5) **Bảng các nội dung chính đã học**

Đây là phần tóm tắt những nội dung chính đã được đề cập ở trong giáo trình này với trọng tâm là phần luyện tập A. Nó nhằm giúp người học nắm bắt được mối liên hệ (giữa những nội dung chính) với mẫu câu, ví dụ và phần luyện tập B, luyện tập C.

6) **Tra cứu**

Phần này gồm *Những cách nói thường dùng trong lớp học, Các mẫu câu chào hỏi hàng ngày và hội thoại cơ bản*, và những từ mới, những cách diễn đạt xuất hiện lần đầu trong bài học.

7) Đĩa CD đi kèm

CD đi kèm trong quyển này bao gồm nội dung hội thoại, phần bài tập nghe của các bài.

2. Bản dịch và giải thích ngữ pháp

1) Phần giải thích về đặc trưng của tiếng Nhật, hệ thống chữ viết của tiếng Nhật, phát âm trong tiếng Nhật.

2) Phần dịch *Những cách nói thường dùng trong lớp học* và *Các mẫu câu chào hỏi hàng ngày và hội thoại cơ bản* trong Quyển chính.

3) Các nội dung dưới đây của Bài 1 đến Bài 25
   ① Từ mới và dịch nghĩa
   ② Phần dịch của các mẫu câu, ví dụ, và bài hội thoại
   ③ Phần giới thiệu sơ qua về các từ tham khảo và các kiến thức về Nhật Bản giúp ích cho việc học tốt nội dung bài học đó.
   ④ Phần giải thích ngữ pháp đối với các mẫu câu và các cách nói.

4) Phần tóm tắt về số từ, các biểu hiện thời gian, cách nói khoảng thời gian, các từ đếm (trợ số từ), cách biến đổi của động từ, v.v..

III. Thời gian cần thiết để học các bài

Dự ước người học cần 4 đến 6 tiếng cho mỗi bài, và cần 150 tiếng cho toàn bộ giáo trình.

IV. Từ vựng

Giáo trình này đưa vào khoảng 1,000 từ vựng với trọng tâm là những từ có tần suất sử dụng cao trong cuộc sống hàng ngày.

V. Cách ghi chữ Hán

Về nguyên tắc thì các chữ Hán đều từ Bảng các chữ Hán thường dùng (Joyo Kanji) do chính phủ đưa ra vào năm 1981.

1) Trong các chữ 熟字訓 (じゅくじくん) (là một từ ghép gồm từ 2 chữ Hán trở lên, có cách đọc đặc biệt) thì chữ nào nằm trong phạm vi của "Bảng các chữ Hán thường dùng Joyo Kanji" sẽ được ghi bằng chữ Hán.

   Ví dụ: 友達(ともだち) bạn   果物(くだもの) hoa quả   眼鏡(めがね) kính

2) Có một số chữ Hán và cách đọc dù không nằm trong "Bảng các chữ Hán thường dùng Joyo Kanji" nhưng cũng đã được chúng tôi dùng trong các danh từ riêng chỉ tên vùng, tên nước hoặc các thuật ngữ thuộc các lĩnh vực như văn hóa, nghệ thuật.

   Ví dụ: 大阪(おおさか) Osaka   奈良(なら) Nara   歌舞伎(かぶき) kịch Kabuki

3) Cũng có một số chữ Hán được chúng tôi viết thành chữ Kana cho dễ đọc.

   Ví dụ: ある(有る・在る) có, có ở   たぶん(多分) có lẽ
   きのう(昨日) hôm qua

4) Đối với chữ số, về nguyên tắc chúng tôi dùng cách viết chữ số Ả-rập

    Ví dụ: 9時 9 giờ   4月1日 ngày mồng 1 tháng 4

             1つ một cái

VI. Một số nội dung khác

1) Từ hoặc ngữ có thể giản lược được ở trong câu được đặt trong dấu [ ].

    Ví dụ: 父は 54[歳]です。   Bố tôi 54 [tuổi].

2) Một từ hoặc ngữ có cách nói khác thì được đặt trong dấu ( ).

    Ví dụ: だれ（どなた） ai

CÁCH SỬ DỤNG GIÁO TRÌNH HIỆU QUẢ

1. Nhớ từ

Trong *Bản dịch và Giải thích ngữ pháp* này sẽ giới thiệu các từ mới ở mỗi bài học và phần dịch nghĩa của chúng. Bạn hãy luyện tập bằng cách dùng các từ mới xuất hiện đó đặt các câu ngắn thì sẽ nhớ từ tốt hơn.

2. Luyện tập mẫu câu

Bạn hãy nắm vững ý nghĩa của các mẫu câu, và luyện tập nhiều lần các phần *Luyện tập A, B* bằng cách đọc to thành tiếng cho đến khi hoàn toàn làm chủ các mẫu câu đó.

3. Luyện tập hội thoại

Phần *Luyện tập C* là những đoạn hội thoại ngắn nhưng bạn không nên chỉ dừng lại ở việc luyện tập các đoạn mẫu câu ngắn đó mà hãy triển khai thành các hội thoại dài.
Phần hội thoại đưa ra nhiều tình huống thực tế mà bạn thường gặp trong sinh hoạt hàng ngày. Bạn hãy vừa nghe đĩa CD vừa thử diễn tả các động tác, biểu cảm khuôn mặt như khi hội thoại thực tế thì sẽ đạt được nhịp độ hội thoại tự nhiên.

4. Xác nhận mức độ hiểu bài

Mỗi bài đều kết thúc bởi phần bài tập mà bạn cần phải làm để xác nhận xem mình đã thực sự hiểu đúng bài học hay chưa.

5. Áp dụng những gì bạn đã học

Bạn hãy sử dụng tiếng Nhật mà mình đã học được để bắt chuyện với người Nhật. Bạn hãy thử sử dụng ngay những gì mình vừa học. Đó là con đường ngắn nhất giúp bạn tiến bộ.

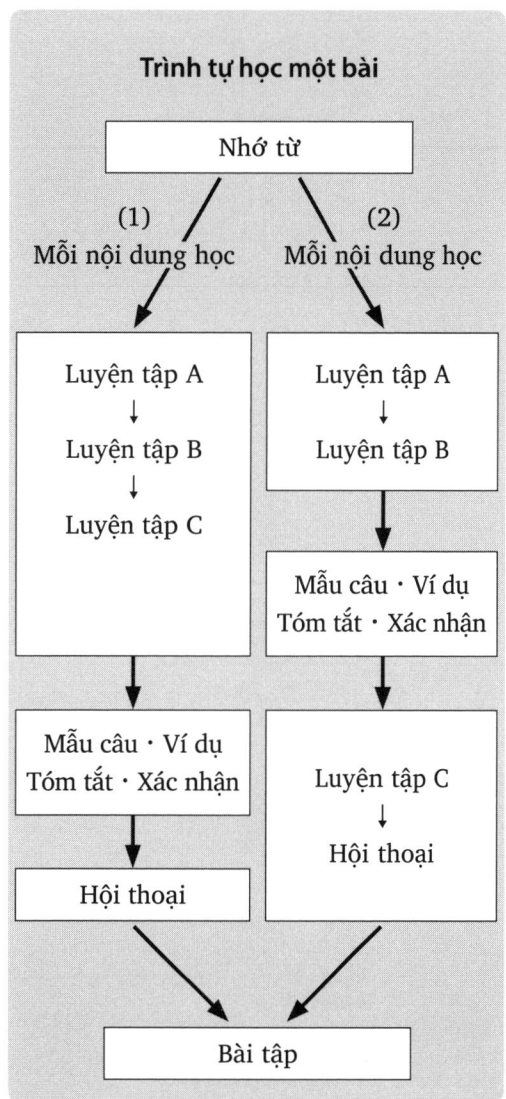

Bạn hãy học theo trình tự (1) hoặc (2).
Hãy xác nhận các nội dung chính cần học ở *Bảng các nội dung chính* ở cuối quyển sách này.

CÁC NHÂN VẬT TRONG SÁCH

Mike Miller
Người Mỹ, nhân viên Công ty IMC

Sato Keiko
Người Nhật, nhân viên Công ty IMC

Jose Santos
Người Braxin,
nhân viên Công ty Hàng không Braxin

Maria Santos
Người Braxin, bà nội trợ

Karina
Người Indonesia,
sinh viên Trường Đại học Fuji

Wang Xue
Người Trung Quốc,
bác sĩ Bệnh viện Kobe

Yamada Ichiro
Người Nhật,
nhân viên Công ty IMC

Yamada Tomoko
Người Nhật,
nhân viên ngân hàng

Matsumoto Tadashi
Người Nhật,
trưởng phòng Công ty IMC

Matsumoto Yoshiko
Người Nhật, bà nội trợ

Kimura Izumi
Người Nhật, phát thanh viên

Karl Schmidt
Người Đức,
kỹ sư Công ty Điện Power

John Watt
Người Anh,
giáo sư Trường Đại học Sakura

Lee Jin Ju
Người Hàn Quốc,
chuyên viên nghiên cứu AKC

Teresa Santos
Người Braxin, học sinh tiểu học, 9 tuổi,
con gái của Jose Santos và Maria Santos

Yamada Taro
Người Nhật, học sinh tiểu học, 8 tuổi,
con trai của Yamada Ichiro và Tomoko

Gupta
Người Ấn Độ, nhân viên Công ty IMC

Thawaphon
Người Thái Lan,
học sinh trường tiếng Nhật

※ **IMC** (tên một công ty phần mềm máy tính)
※ **AKC** (アジア研究センター : Trung tâm nghiên cứu châu Á)

MỤC LỤC

ĐẶC ĐIỂM CHUNG CỦA TIẾNG NHẬT 2
HỆ THỐNG CHỮ VIẾT CỦA TIẾNG NHẬT 2

GIỚI THIỆU
   I. Phát âm của tiếng Nhật 3
   II. Những cách nói thường dùng trong lớp học 7
   III. Cách chào hỏi và những cách nói hàng ngày 7

CÁC THUẬT NGỮ DÙNG TRONG SÁCH 8
CÁC KÝ HIỆU 9

Bài 1 10
I. Từ vựng
II. Phần dịch
   Mẫu câu và Ví dụ
   Hội thoại:
      Rất vui được làm quen với chị
III. Từ và thông tin tham khảo
   NƯỚC, NGƯỜI & NGÔN NGỮ

IV. Giải thích ngữ pháp
   1. Danh từ$_1$ は Danh từ$_2$ です
   2. Danh từ$_1$ は Danh từ$_2$ じゃ (では) ありません
   3. Danh từ$_1$ は Danh từ$_2$ ですか
   4. Danh từ も
   5. Danh từ$_1$ の Danh từ$_2$
   6. 〜さん

Bài 2 16
I. Từ vựng
II. Phần dịch
   Mẫu câu và Ví dụ
   Hội thoại:
      Từ nay rất mong được sự giúp đỡ của anh
III. Từ và thông tin tham khảo
   HỌ (CÁCH GỌI TÊN NGƯỜI NHẬT)

IV. Giải thích ngữ pháp
   1. これ／それ／あれ
   2. この Danh từ ／その Danh từ ／あの Danh từ
   3. そうです
   4. 〜か、〜か
   5. Danh từ$_1$ の Danh từ$_2$
   6. の với vai trò thay thế cho danh từ
   7. お〜
   8. そうですか

Bài 3 22

Ⅰ. Từ vựng
Ⅱ. Phần dịch
   Mẫu câu và Ví dụ
   Hội thoại:
     Chị cho tôi chai này
Ⅲ. Từ và thông tin tham khảo
     CỬA HÀNG BÁCH HÓA

Ⅳ. Giải thích ngữ pháp
1. ここ／そこ／あそこ／こちら／そちら／あちら
2. Danh từ は địa điểm です
3. どこ／どちら
4. Danh từ₁ の Danh từ₂
5. Bảng đại từ chỉ thị こ／そ／あ／ど
6. お～

Bài 4 28

Ⅰ. Từ vựng
Ⅱ. Phần dịch
   Mẫu câu và Ví dụ
   Hội thoại:
     Nhà hàng mình mở cửa đến mấy giờ vậy ạ?
Ⅲ. Từ và thông tin tham khảo
     ĐIỆN THOẠI & THƯ TÍN

Ⅳ. Giải thích ngữ pháp
1. 今 －時－分です
2. Động từ ます／Động từ ません／Động từ ました／Động từ ませんでした
3. Danh từ (thời gian) に Động từ
4. Danh từ₁ から Danh từ₂ まで
5. Danh từ₁ と Danh từ₂
6. ～ね

Bài 5 34

Ⅰ. Từ vựng
Ⅱ. Phần dịch
   Mẫu câu và Ví dụ
   Hội thoại:
     Tàu này có đi Koshien không ạ?
Ⅲ. Từ và thông tin tham khảo
     NGÀY NGHỈ QUỐC GIA

Ⅳ. Giải thích ngữ pháp
1. Danh từ (địa điểm) へ 行きます／来ます／帰ります
2. どこ[へ]も 行きません／行きませんでした
3. Danh từ (phương tiện đi lại) で 行きます／来ます／帰ります
4. Danh từ (người/động vật) と Động từ
5. いつ
6. ～よ
7. そうですね

Bài 6 40

　Ⅰ. Từ vựng
　Ⅱ. Phần dịch
　　　Mẫu câu và Ví dụ
　　　Hội thoại:
　　　　Anh có đi cùng với tôi không?
　Ⅲ. Từ và thông tin tham khảo
　　　THỨC ĂN

　Ⅳ. Giải thích ngữ pháp
　　1. Danh từ を Động từ (ngoại động từ)
　　2. Danh từ を します
　　3. 何を しますか
　　4. なん và なに
　　5. Danh từ (địa điểm) で Động từ
　　6. Động từ ませんか
　　7. Động từ ましょう
　　8. 〜か

Bài 7 46

　Ⅰ. Từ vựng
　Ⅱ. Phần dịch
　　　Mẫu câu và Ví dụ
　　　Hội thoại:
　　　　Xin mời vào
　Ⅲ. Từ và thông tin tham khảo
　　　GIA ĐÌNH

　Ⅳ. Giải thích ngữ pháp
　　1. Danh từ (công cụ/phương tiện) で Động từ
　　2. "Từ/Câu" は 〜語で 何ですか
　　3. Danh từ₁ (người) に Danh từ₂ を あげます, v.v.
　　4. Danh từ₁ (người) に Danh từ₂ を もらいます, v.v.
　　5. もう Động từ ました
　　6. Tỉnh lược trợ từ

Bài 8 52

　Ⅰ. Từ vựng
　Ⅱ. Phần dịch
　　　Mẫu câu và Ví dụ
　　　Hội thoại:
　　　　Đã đến lúc tôi phải về
　Ⅲ. Từ và thông tin tham khảo
　　　MÀU & VỊ

　Ⅳ. Giải thích ngữ pháp
　　1. Tính từ
　　2. Danh từ は Tính từ đuôi な [な] です
　　　　Danh từ は Tính từ đuôi い (〜い) です
　　3. Tính từ đuôi な [な] Danh từ
　　　　Tính từ đuôi い (〜い) Danh từ
　　4. 〜が、〜
　　5. とても／あまり
　　6. Danh từ は どうですか
　　7. Danh từ₁ は どんな Danh từ₂ ですか
　　8. そうですね

Bài 9 58

    I. Từ vựng

    II. Phần dịch

        Mẫu câu và Ví dụ

        Hội thoại:

           Thật đáng tiếc

    III. Từ và thông tin tham khảo

        ÂM NHẠC, THỂ THAO & ĐIỆN ẢNH

    IV. Giải thích ngữ pháp

      1. Danh từ が あります／わかります

        Danh từ が 好きです／嫌いです／

        上手です／下手です

      2. どんな Danh từ

      3. よく／だいたい／たくさん／少し／あまり／全然

      4. 〜から、〜

      5. どうして

Bài 10 64

    I. Từ vựng

    II. Phần dịch

        Mẫu câu và Ví dụ

        Hội thoại:

           Có nampla không ạ?

    III. Từ và thông tin tham khảo

        TRONG NHÀ

    IV. Giải thích ngữ pháp

      1. Danh từ が あります／います

      2. Địa điểm に Danh từ が あります／います

      3. Danh từ は Địa điểm に あります／います

      4. Danh từ₁ (vật/người/địa điểm) の

        Danh từ₂ (vị trí)

      5. Danh từ₁ や Danh từ₂

      6. アジアストアですか

Bài 11 70

    I. Từ vựng

    II. Phần dịch

        Mẫu câu và Ví dụ

        Hội thoại:

           Cái này, cho tôi gửi bằng đường biển

    III. Từ và thông tin tham khảo

        THỰC ĐƠN

    IV. Giải thích ngữ pháp

      1. Cách đếm số lượng

      2. Cách dùng số lượng từ

      3. Số lượng từ (chỉ thời gian) に 一回 Động từ

      4. Số lượng từ だけ／ Danh từ だけ

Bài 12 76

    I. Từ vựng

    II. Phần dịch

        Mẫu câu và Ví dụ

        Hội thoại:

           Lễ hội Gion thế nào?

    III. Từ và thông tin tham khảo

        LỄ HỘI VÀ ĐỊA DANH

    IV. Giải thích ngữ pháp

      1. Thời, thể khẳng định/phủ định của câu danh từ và câu Tính từ đuôi な

      2. Thời, thể khẳng định/phủ định của câu Tính từ đuôi い

      3. Danh từ₁ は Danh từ₂ より Tính từ です

      4. Danh từ₁ と Danh từ₂ と どちらが Tính từ ですか

        ……Danh từ₁/Danh từ₂ の ほうが Tính từ です

      5. Danh từ₁ ［の 中］で 何／どこ／だれ／いつが いちばん Tính từ ですか

        ……Danh từ₂ が いちばん Tính từ です

      6. Tính từ の (の với vai trò thay thế danh từ)

Bài 13 82
    I . Từ vựng
    II . Phần dịch
        Mẫu câu và Ví dụ
        Hội thoại:
          Nhờ chị tính riêng ra cho ạ
    III . Từ và thông tin tham khảo
        TRONG KHU PHỐ

    IV. Giải thích ngữ pháp
    1. Danh từ が 欲しいです
    2. Động từ (thể ます)たいです
    3. Danh từ (địa điểm) へ {Động từ (thể ます) / Danh từ} に 行きます／来ます／帰ります
    4. どこか／何か
    5. ご～

Bài 14 88
    I . Từ vựng
    II . Phần dịch
        Mẫu câu và Ví dụ
        Hội thoại:
          Cho tôi đến Midoricho
    III . Từ và thông tin tham khảo
        GA

    IV. Giải thích ngữ pháp
    1. Các nhóm động từ
    2. Thể て của động từ
    3. Động từ thể て ください
    4. Động từ thể て います
    5. Động từ (thể ます)ましょうか
    6. Danh từ が Động từ
    7. すみませんが

Bài 15 94
    I . Từ vựng
    II . Phần dịch
        Mẫu câu và Ví dụ
        Hội thoại:
          Gia đình anh thế nào?
    III . Từ và thông tin tham khảo
        NGHỀ NGHIỆP

    IV. Giải thích ngữ pháp
    1. Động từ thể ても いいですか
    2. Động từ thể ては いけません
    3. Động từ thể て います
    4. Danh từ に Động từ
    5. Danh từ₁ に Danh từ₂ を Động từ

Bài 16 100
    I . Từ vựng
    II . Phần dịch
        Mẫu câu và Ví dụ
        Hội thoại:
          Làm ơn chỉ cho tôi cách dùng
    III . Từ và thông tin tham khảo
        CÁCH SỬ DỤNG MÁY RÚT TIỀN TỰ ĐỘNG

    IV. Giải thích ngữ pháp
    1. Cách nối 2 câu trở lên
    2. Động từ₁ thể てから、Động từ₂
    3. Danh từ₁ は Danh từ₂ が Tính từ
    4. Danh từ を Động từ
    5. どうやって
    6. どれ／どの Danh từ

Bài 17 106

    I. Từ vựng

    II. Phần dịch

        Mẫu câu và Ví dụ

        Hội thoại:

            Ông bị làm sao?

    III. Từ và thông tin tham khảo

        CƠ THỂ VÀ CÁC LOẠI BỆNH

    IV. Giải thích ngữ pháp

        1. Thể ない của động từ

        2. Động từ (thể ない)ないで ください

        3. Động từ (thể ない)なければ なりません

        4. Động từ (thể ない)なくても いいです

        5. Chủ đề hóa tân ngữ

        6. Danh từ (thời gian) までに Động từ

Bài 18 112

    I. Từ vựng

    II. Phần dịch

        Mẫu câu và Ví dụ

        Hội thoại:

            Sở thích của anh là gì?

    III. Từ và thông tin tham khảo

        ĐỘNG TÁC

    IV. Giải thích ngữ pháp

        1. Thể nguyên dạng của động từ

        2. {Danh từ / Động từ thể nguyên dạng こと} が できます

        3. わたしの 趣味は {Danh từ / Động từ thể nguyên dạng こと} です

        4. {Động từ₁ thể nguyên dạng / Danh từ の / Số lượng từ (thời gian)} まえに、Động từ₂

        5. なかなか

        6. ぜひ

Bài 19 118

    I. Từ vựng

    II. Phần dịch

        Mẫu câu và Ví dụ

        Hội thoại:

            Tôi sẽ bắt đầu chế độ giảm cân từ ngày mai vậy

    III. Từ và thông tin tham khảo

        VĂN HÓA TRUYỀN THỐNG & GIẢI TRÍ

    IV. Giải thích ngữ pháp

        1. Thể た của động từ

        2. Động từ thể た ことが あります

        3. Động từ₁ thể たり、Động từ₂ thể たり します

        4. {Tính từ đuôi い (～い) →～く / Tính từ đuôi な [な]→～に / Danh từ に} なります

Bài 20 124

    I. Từ vựng

    II. Phần dịch

        Mẫu câu và Ví dụ

        Hội thoại:

            Nghỉ hè cậu làm gì?

    III. Từ và thông tin tham khảo

        CÁCH XƯNG HÔ

    IV. Giải thích ngữ pháp

        1. Thể lịch sự và thể thông thường

        2. Phân biệt thể lịch sự và thể thông thường

        3. Hội thoại dùng thể thông thường

Bài 21 130

I. Từ vựng
II. Phần dịch
   Mẫu câu và Ví dụ
   Hội thoại:
     Tôi cũng nghĩ như thế
III. Từ và thông tin tham khảo
    CHỨC DANH

IV. Giải thích ngữ pháp
1. Thể thông thường と 思います
2. "Câu"
   Thể thông thường } と 言います
3. Động từ
   Tính từ đuôi い } Thể thông thường
   Tính từ đuôi な } Thể thông thường } でしょう？
   Danh từ } ～だ
4. Danh từ₁ (địa điểm) で Danh từ₂ が あります
5. Danh từ (tình huống) で
6. Danh từ でも Động từ
7. Động từ (thể ない) ないと……

Bài 22 136

I. Từ vựng
II. Phần dịch
   Mẫu câu và Ví dụ
   Hội thoại:
     Anh muốn tìm phòng như thế nào?
III. Từ và thông tin tham khảo
    QUẦN ÁO

IV. Giải thích ngữ pháp
1. Mệnh đề bổ nghĩa cho danh từ
2. Động từ thể nguyên dạng
   時間／約束／用事
3. Động từ (thể ます) ましょうか

Bài 23 142

I. Từ vựng
II. Phần dịch
   Mẫu câu và Ví dụ
   Hội thoại:
     Đi như thế nào ạ?
III. Từ và thông tin tham khảo
    ĐƯỜNG SÁ & GIAO THÔNG

IV. Giải thích ngữ pháp
1. Động từ thể nguyên dạng
   Động từ (thể ない) ない
   Tính từ đuôi い (～い) } とき、～
   Tính từ đuôi な な [な] } (mệnh đề chính)
   Danh từ の
2. Động từ thể nguyên dạng } とき、～
   Động từ thể た } (mệnh đề chính)
3. Động từ thể nguyên dạng と、
   ～ (mệnh đề chính)
4. Danh từ が Tính từ
5. Danh từ を Động từ chuyển động

Bài 24 148
   I . Từ vựng
   II . Phần dịch
      Mẫu câu và Ví dụ
      Hội thoại:
        Để tôi đến giúp anh nhé?
   III. Từ và thông tin tham khảo
      TẬP QUÁN TẶNG QUÀ

   IV. Giải thích ngữ pháp
    1. くれます
    2. Động từ thể て { あげます / もらいます / くれます }
    3. Danh từ₁ は Danh từ₂ が Động từ

Bài 25 154
   I . Từ vựng
   II . Phần dịch
      Mẫu câu và Ví dụ
      Hội thoại:
        Các anh chị đã giúp đỡ tôi rất nhiều
   III. Từ và thông tin tham khảo
      CUỘC ĐỜI MỘT CON NGƯỜI

   IV. Giải thích ngữ pháp
    1. Thể thông thường (chia ở) quá khứ ら、～ (mệnh đề chính)
    2. Động từ thể たら、～ (mệnh đề chính)
    3. Động từ thể て
      Động từ (thể ない)なくて
      Tính từ đuôi い (～い)→～くて   } も、～ (mệnh đề chính)
      Tính từ đuôi な [な] →～で
      Danh từ で
    4. もし
    5. Chủ ngữ của mệnh đề phụ

Column 1: Chủ đề và chủ ngữ 160
Column 2: Mệnh đề 163

PHỤ LỤC
   I . Số đếm 164
   II . Cách nói thời gian 165
   III. Cách nói khoảng thời gian 167
   IV. Từ đếm (Trợ số từ) 168
   V . Biến đổi động từ 170

ĐẶC ĐIỂM CHUNG CỦA TIẾNG NHẬT

1. Từ Loại Trong tiếng Nhật có các từ loại như: động từ, tính từ, danh từ, phó từ, liên từ, trợ từ, v.v..

2. Trật tự từ trong câu Vị ngữ luôn ở cuối câu. Từ bổ nghĩa luôn đứng trước từ được bổ nghĩa.

3. Vị ngữ Trong tiếng Nhật từ loại có thể trở thành vị ngữ là động từ, tính từ, và danh từ + です（だ）.Hình thức của vị ngữ sẽ biến đổi tùy theo biểu hiện khẳng định, phủ định, hay quá khứ, phi quá khứ, v.v.. Hình thức của vị ngữ không thay đổi theo ngôi, giống (đực, cái), và số (ít, nhiều).

4. Trợ từ Trợ từ được dùng sau từ và ở cuối câu. Trợ từ có chức năng biểu thị mối quan hệ giữa các từ hoặc thêm nhiều nét nghĩa cho câu.

5. Giản lược Trong trường hợp nghĩa của câu đã rõ ràng theo văn cảnh thì chủ ngữ, tân ngữ thường được lược bỏ.

HỆ THỐNG CHỮ VIẾT CỦA TIẾNG NHẬT

Trong tiếng Nhật có ba loại chữ viết là Hiragana, Katakana, và Kanji (chữ Hán).

Hiragana và Katakana là các chữ tượng âm còn chữ Hán là chữ tượng hình, vừa biểu thị âm đồng thời vừa biểu thị nghĩa.

Câu trong tiếng Nhật thông thường được viết bằng chữ Hiragana, Katakana, chữ Hán. Tên người, địa danh nước ngoài hoặc các từ ngoại lai được viết bằng chữ Katakana.

Còn chữ Hiragana được dùng để biểu thị trợ từ hoặc các phần biến đổi của động từ, tính từ.

Ngoài ra, trong một số trường hợp chữ Latinh (Romaji) cũng được dùng khi viết dành cho đối tượng là người nước ngoài.

Những chữ này thường thấy ở trên các bảng biển viết tên nhà ga, v.v..

田中 さん は ミラー さん と デパート へ 行 きます。
○　□　□　△　□　□　△　□　○　□

Anh Tanaka đi cửa hàng bách hóa với anh Miller.

大阪　Osaka
○　☆

(○ — Kanji　□ — Hiragana　△ — Katakana　☆ — Romaji)

GIỚI THIỆU

I. Phát âm của tiếng Nhật

1. Chữ Kana và đơn vị âm (mora)

Âm trong tiếng Nhật được biểu thị bởi chữ Kana như dưới đây.

"Mora" là đơn vị âm tiết tương đương với độ dài của một chữ Kana (trường hợp âm ghép Yo-on là 2 chữ) trong tiếng Nhật.

Trong tiếng Nhật có 5 nguyên âm là あ (a), い (i), う (u), え (e), お (o), các nguyên âm này được dùng một mình hoặc đứng sau phụ âm, và bán nguyên âm (y) để tạo thành một đơn vị âm (ví dụ: k + a = か, k + y + a = きゃ) (ん là ngoại lệ). Tất cả các đơn vị âm trong tiếng Nhật đều được phát âm với độ dài gần bằng nhau.

	Cột あ	Cột い	Cột う	Cột え	Cột お
Hàng あ	あ ア a	い イ i	う ウ u	え エ e	お オ o
Hàng か	か カ ka	き キ ki	く ク ku	け ケ ke	こ コ ko
Hàng さ	さ サ sa	し シ shi	す ス su	せ セ se	そ ソ so
Hàng た	た タ ta	ち チ chi	つ ツ tsu	て テ te	と ト to
Hàng な	な ナ na	に ニ ni	ぬ ヌ nu	ね ネ ne	の ノ no
Hàng は	は ハ ha	ひ ヒ hi	ふ フ fu	へ ヘ he	ほ ホ ho
Hàng ま	ま マ ma	み ミ mi	む ム mu	め メ me	も モ mo
Hàng や	や ヤ ya	(い イ) (i)	ゆ ユ yu	(え エ) (e)	よ ヨ yo
Hàng ら	ら ラ ra	り リ ri	る ル ru	れ レ re	ろ ロ ro
Hàng わ	わ ワ wa	(い イ) (i)	(う ウ) (u)	(え エ) (e)	を ヲ o
	ん ン n				

Ví dụ: あ／ア／a — Hiragana／Katakana／Romaji

きゃ キャ kya	きゅ キュ kyu	きょ キョ kyo
しゃ シャ sha	しゅ シュ shu	しょ ショ sho
ちゃ チャ cha	ちゅ チュ chu	ちょ チョ cho
にゃ ニャ nya	にゅ ニュ nyu	にょ ニョ nyo
ひゃ ヒャ hya	ひゅ ヒュ hyu	ひょ ヒョ hyo
みゃ ミャ mya	みゅ ミュ myu	みょ ミョ myo
りゃ リャ rya	りゅ リュ ryu	りょ リョ ryo

Hàng が	が ガ ga	ぎ ギ gi	ぐ グ gu	げ ゲ ge	ご ゴ go
Hàng ざ	ざ ザ za	じ ジ ji	ず ズ zu	ぜ ゼ ze	ぞ ゾ zo
Hàng だ	だ ダ da	ぢ ヂ ji	づ ヅ zu	で デ de	ど ド do
Hàng ば	ば バ ba	び ビ bi	ぶ ブ bu	べ ベ be	ぼ ボ bo
Hàng ぱ	ぱ パ pa	ぴ ピ pi	ぷ プ pu	ぺ ペ pe	ぽ ポ po

ぎゃ ギャ gya	ぎゅ ギュ gyu	ぎょ ギョ gyo
じゃ ジャ ja	じゅ ジュ ju	じょ ジョ jo
びゃ ビャ bya	びゅ ビュ byu	びょ ビョ byo
ぴゃ ピャ pya	ぴゅ ピュ pyu	ぴょ ピョ pyo

Những chữ Katakana ở khung bên phải không nằm trong bảng ở trên. Đây vốn là những âm không có trong tiếng Nhật và được dùng để biểu thị từ ngoại lai.

	ウィ wi		ウェ we	ウォ wo
			シェ she	
			チェ che	
ツァ tsa			ツェ tse	ツォ tso
	ティ ti	トゥ tu		
ファ fa	フィ fi		フェ fe	フォ fo
			ジェ je	
	ディ di	ドゥ du		
		デュ dyu		

2. Nguyên âm dài

Nguyên âm ngắn trong tiếng Nhật là năm âm あ, い, う, え, お, và những nguyên âm này khi phát âm kéo dài thì gọi là nguyên âm dài. Nguyên âm ngắn chỉ có một đơn vị âm (mora) còn nguyên âm dài là gồm hai đơn vị âm. Nghĩa của từ thay đổi theo độ dài của nguyên âm.

Ví dụ: おばさん(cô, bác gái) : おばあさん(bà)
おじさん(chú, bác trai) : おじいさん(ông)
ゆき(tuyết) : ゆうき(dũng cảm)
え(bức tranh) : ええ(vâng)
とる(lấy) : とおる(đi qua)
ここ(đây) : こうこう(trường Phổ Thông Trung Học)
へや(căn phòng) : へいや(đồng bằng)
カード(thẻ, bưu thiếp (card))　タクシー(tắc-xi)　スーパー(siêu thị)
エスカレーター(thang cuốn)　ノート(quyển vở)

[Chú ý]

1) **Cách ghi trường âm bằng Hiragana**

Trường âm của cột あ, cột い, cột う: thêm あ, い, う tương ứng vào sau.

Trường âm của cột え: thêm い vào sau.

(Ngoại lệ: ええ vâng, ねえ này, おねえさん chị gái, v.v..)

Trường âm của cột お: thêm う vào sau.

(Ngoại lệ: おおきい to, おおい nhiều, とおい xa, v.v..)

2) **Cách ghi trường âm bằng Katakana**

Sử dụng ký hiệu trường âm ー.

3. Cách phát âm của ん

Âm ん có độ dài bằng một đơn vị âm và không bao giờ đứng ở đầu một từ.

ん biến đổi thành các âm dễ nói như /n/ /m/ /ŋ/, v.v., khi chịu ảnh hưởng bởi các âm đứng sau nó.

① Nếu chữ tiếp theo sau nó thuộc hàng た, だ, ら, な thì nó sẽ được phát âm là /n/.

Ví dụ: はんたい (phản đối)　うんどう (vận động)　せんろ (đường ray)
みんな (mọi người)

② Nếu chữ tiếp theo sau nó thuộc hàng ば, ぱ, ま thì nó sẽ được phát âm là /m/.

Ví dụ: しんぶん (báo)　えんぴつ (bút chì)　うんめい (vận mệnh, số mệnh)

③ Nếu chữ tiếp theo sau nó thuộc hàng か hoặc が thì nó sẽ được phát âm là /ŋ/.

Ví dụ: てんき (thời tiết)　けんがく (thăm quan học tập)

4. Cách phát âm của っ

Âm っ có độ dài bằng một đơn vị âm và đứng trước các âm thuộc hàng か, さ, た, ぱ. Trong trường hợp viết các từ ngoại lai thì nó cũng được sử dụng trước các âm thuộc hàng ザ, ダ, v.v..

Ví dụ: ぶか (cấp dưới) : ぶっか (mức giá)

かさい (hỏa hoạn) : かっさい ((vỗ tay) tán thưởng, hoan nghênh)

おと (âm thanh) : おっと (chồng)

にっき (nhật ký)   ざっし (tạp chí)   きって (con tem)

いっぱい (đầy)   コップ (cái cốc)   ベッド (cái giường)

5. Âm ghép

Những âm ghép cùng với các chữ ゃ, ゅ, ょ nhỏ gọi là âm ghép. Âm ghép dù được cấu thành từ hai chữ nhưng chỉ là một đơn vị âm.

Ví dụ: ひやく (nhảy vọt) : ひゃく (một trăm)

じゆう (tự do) : じゅう (mười)

びよういん (thẩm mỹ viện) : びょういん (bệnh viện)

シャツ (áo sơ-mi)   おちゃ (trà)   ぎゅうにゅう (sữa bò)

きょう (hôm nay)   ぶちょう (trưởng phòng)   りょこう (du lịch)

6. Cách phát âm của các chữ thuộc hàng が

Phụ âm thuộc hàng が khi đứng đầu một từ thì được đọc là /g/, ngoài ra sẽ được đọc là /ŋ/. Tuy nhiên, gần đây cũng có người không phân biệt /g/, /ŋ/ mà đều đọc là /g/.

7. Sự vô thanh hóa của nguyên âm

Các nguyên âm như [i], [u] khi nằm giữa các phụ âm vô thanh thì có xu hướng bị vô thanh hóa và không được nghe thấy khi phát âm (ví dụ: すき thích). Ngoài ra, đối với các câu kết thúc với 〜です, 〜ます thì nguyên âm [u] cuối cùng cũng có xu hướng bị vô thanh hóa (ví dụ: したいです muốn làm, ききます nghe).

8. Trọng âm (accent)

Tiếng Nhật là ngôn ngữ có trọng âm cao thấp. Hay nói cách khác là trong một từ, có đơn vị âm thì có trọng âm cao, có đơn vị âm lại có trọng âm thấp. Có 4 kiểu trọng âm, và ý nghĩa của từ sẽ thay đổi theo kiểu trọng âm.

Trọng âm của tiếng Nhật tiêu chuẩn có đặc trưng là độ cao âm của đơn vị âm thứ nhất và đơn vị âm thứ hai khác nhau, một khi đã hạ xuống thì sẽ không lên lại.

Các kiểu trọng âm

① Kiểu bằng

Ví dụ: にわ(vườn)　はな(mũi)　なまえ(tên)　にほんご(tiếng Nhật)

② Kiểu hạ trọng âm ở đầu từ

Ví dụ: ほん(quyển sách)　てんき(thời tiết)　らいげつ(tháng sau)

③ Kiểu hạ trọng âm ở giữa từ

Ví dụ: たまご(trứng)　ひこうき(máy bay)　せんせい(giáo viên)

④ Kiểu hạ trọng âm ở cuối từ

Ví dụ: くつ(giày)　はな(hoa)　やすみ(nghỉ)　おとうと(em trai)

Từ はな(mũi) ở ví dụ ① và はな(hoa) ở ví dụ ④ có âm giống nhau, nhưng khi thêm trợ từ が vào sau thì kiểu đánh trọng âm của chúng khác nhau, trường hợp của ① đọc là はなが, còn trường hợp của ④ thì đọc là はなが. Như vậy, kiểu trọng âm khác nhau thì nghĩa của từ cũng khác nhau. Dưới đây là vài ví dụ khác.

Ví dụ: はし(cầu) : はし(đũa)　　いち(một) : いち(vị trí)

Ngoài ra thì trọng âm còn khác nhau theo từng địa phương. Ví dụ trọng âm ở vùng Osaka khác khá nhiều so với tiếng Nhật chuẩn (tiếng Tokyo). Dưới đây là một số ví dụ.

Ví dụ:　trọng âm Tokyo　　　: trọng âm Osaka

　　　　(trọng âm tiêu chuẩn)

　　　　　　はな　　　:　はな　　　(hoa)
　　　　　　りんご　　:　りんご　　(táo)
　　　　　　おんがく　:　おんがく　(âm nhạc)

9. Ngữ điệu (intonation)

Có ba kiểu ngữ điệu của câu là ① đều giọng (từ đầu đến cuối), ② cao giọng ở cuối câu, ③ thấp giọng ở cuối câu. Đối với câu hỏi thì cao giọng ở cuối câu. Đối với các câu khác thì phần lớn là đều giọng, nhưng trường hợp muốn bày tỏ sự đồng ý, hoặc sự thất vọng, v.v. thì thấp giọng ở cuối câu.

Ví dụ: 佐藤(さとう)：　あした　友達(ともだち)と　お花見(はなみ)を　します。【→đều giọng】

　　　　　　　ミラーさんも　いっしょに　行きませんか。【↗cao giọng ở cuối câu】

　　　ミラー：　いいですね。【↘thấp giọng ở cuối câu】

　　　Sato:　　Ngày mai tôi sẽ đi ngắm hoa với bạn.

　　　　　　　Anh Miller có đi với tôi không?

　　　Miller:　Nghe hay đấy nhỉ.

II. Những cách nói thường dùng trong lớp học

1. 始めましょう。 　　　　　　　Chúng ta (hãy) bắt đầu.
2. 終わりましょう。 　　　　　　Chúng ta (hãy) dừng ở đây.
3. 休みましょう。 　　　　　　　Chúng ta (hãy) nghỉ.
4. わかりますか。 　　　　　　　Anh/chị có hiểu không?
   ……はい、わかります。 　　　…Vâng, tôi hiểu.
   　　　いいえ、わかりません。 　Không, tôi không hiểu.
5. もう 一度［お願いします］。 　［Làm ơn］Nhắc lại một lần nữa.
6. いいです。 　　　　　　　　　Đúng.
7. 違います。 　　　　　　　　　Không đúng.
8. 名前 　　　　　　　　　　　　tên
9. 試験、宿題 　　　　　　　　　bài thi, bài tập về nhà
10. 質問、答え、例 　　　　　　　câu hỏi, câu trả lời, ví dụ

III. Cách chào hỏi và những cách nói hàng ngày

1. おはよう ございます。 　　　Chào buổi sáng.
2. こんにちは。 　　　　　　　　Chào buổi trưa và chiều.
3. こんばんは。 　　　　　　　　Chào buổi tối.
4. お休みなさい。 　　　　　　　Chúc ngủ ngon.
5. さようなら。 　　　　　　　　Tạm biệt.
6. ありがとう ございます。 　　Cám ơn.
7. すみません。 　　　　　　　　Xin lỗi.
8. お願いします。 　　　　　　　Làm phiền anh/chị.

CÁC THUẬT NGỮ DÙNG TRONG SÁCH

第一課	Bài –	フォーム	thể
文型	Mẫu câu	～形	thể ～
例文	Ví dụ	修飾	bổ nghĩa
会話	Hội thoại	例外	ngoại lệ
練習	Luyện tập		
問題	Bài tập	名詞	danh từ
答え	Trả lời	動詞	động từ
読み物	Phần luyện đọc	形容詞	tính từ
復習	Ôn tập	い形容詞	tính từ đuôi い
		な形容詞	tính từ đuôi な
目次	Mục lục	助詞	trợ từ
		副詞	phó từ
索引	Tra cứu	接続詞	liên từ
		数詞	số từ
文法	ngữ pháp	助数詞	trợ số từ (từ chỉ cách đếm theo loại)
文	câu		
		疑問詞	từ nghi vấn
単語(語)	từ		
句	ngữ	名詞文	câu danh từ
節	mệnh đề	動詞文	câu động từ
		形容詞文	câu tính từ
発音	phát âm		
母音	nguyên âm	主語	chủ ngữ
子音	phụ âm	述語	vị ngữ
拍	đơn vị âm	目的語	tân ngữ
アクセント	trọng âm	主題	chủ đề
イントネーション	ngữ điệu		
		肯定	khẳng định
[か]行	Hàng [か]	否定	phủ định
[い]列	Cột [い]	完了	hoàn thành
		未完了	chưa hoàn thành
丁寧体	thể lịch sự	過去	quá khứ
普通体	thể thông thường	非過去	phi quá khứ (hiện tại và tương lai)
活用	biến đổi (từ)		

CÁC KÝ HIỆU

Các ký hiệu được sử dụng trong phần I. Từ vựng

① 〜 : từ hoặc ngữ sẽ được đưa vào.

　Ví dụ: 〜から 来ました。 đến từ 〜

② － : chữ số sẽ sẽ được đưa vào.

　Ví dụ: －歳　 － tuổi

③ Từ hoặc ngữ có thể giản lược được đặt triong dấu [ ].

　Ví dụ: どうぞ よろしく [お願いします]。　Rất vui được làm quen với anh/chị.

④ Từ hoặc ngữ có cách nói khác thì được đặt trong dấu （ ）.

　Ví dụ: だれ（どなた）　ai

⑤ Những từ được đánh dấu bởi dấu ＊ là những từ không sử dụng ở trong bài học đó mà được giới thiệu như là những từ có liên quan.

⑥ 〈練習 C〉(Luyện tập C) : Giới thiệu những cách diễn đạt xuất hiện trong phần luyện tập C.

⑦ 〈会話〉(Hội thoại) : Giới thiệu những từ vựng, cách diễn đạt xuất hiện trong phần hội thoại.

Bài 1

I. Từ vựng

わたし		tôi
あなた		anh/chị, ông/bà, bạn (ngôi thứ II số ít)
あの ひと （あの かた）	あの 人 （あの 方）	người kia, người đó, anh kia, chị kia （あの かた : vị kia - là cách nói lịch sự của あの ひと）
～さん		anh, chị, ông, bà (hậu tố thêm vào phía sau tên của người khác khi gọi thể hiện tính lịch sự)
～ちゃん		(hậu tố thêm vào phía sau tên của trẻ em thay cho ～さん)
～じん	～人	(hậu tố mang nghĩa "người ～"; ví dụ アメリカじん : người Mỹ)
せんせい	先生	thầy/cô (không dùng khi giới thiệu về nghề giáo viên của chính mình)
きょうし	教師	giáo viên
がくせい	学生	học sinh, sinh viên
かいしゃいん	会社員	nhân viên công ty
しゃいん	社員	nhân viên Công ty ～ (dùng kèm theo tên công ty; ví dụ IMCの しゃいん)
ぎんこういん	銀行員	nhân viên ngân hàng
いしゃ	医者	bác sĩ
けんきゅうしゃ	研究者	nhà nghiên cứu
だいがく	大学	đại học, trường đại học
びょういん	病院	bệnh viện
だれ（どなた）		ai（どなた là cách nói lịch sự của だれ, vị nào）
－さい	－歳	－ tuổi
なんさい （おいくつ）	何歳	mấy tuổi, bao nhiêu tuổi（おいくつ là cách nói lịch sự của なんさい）
はい		vâng, dạ
いいえ		không

〈練習 C〉

初めまして。 — Rất hân hạnh được gặp anh/chị. (Đây là lời chào với người lần đầu tiên gặp, là câu nói đầu tiên khi giới thiệu về mình.)

～から 来ました。 — Tôi đến từ ~.

[どうぞ] よろしく [お願いします]。 — Rất vui được làm quen với anh/chị. (Rất mong được sự giúp đỡ của anh/chị. Luôn được dùng làm câu kết thúc sau khi giới thiệu về mình.)

失礼ですが — Xin lỗi…. (dùng khi hỏi ai đó về thông tin cá nhân như là tên hoặc địa chỉ của họ)

お名前は？ — Tên anh/chị là gì?

こちらは ～さんです。 — Đây là anh/chị/ông/bà ~.

アメリカ	Mỹ
イギリス	Anh
インド	Ấn Độ
インドネシア	In-đô-nê-xi-a
韓国	Hàn Quốc
タイ	Thái Lan
中国	Trung Quốc
ドイツ	Đức
日本	Nhật Bản
ブラジル	Braxin
IMC／パワー電気／ブラジルエアー	tên công ty giả định
AKC	tên tổ chức giả định
神戸病院	tên bệnh viện giả định
さくら大学／富士大学	tên đại học giả định

1

II. Phần dịch

Mẫu câu

1. Tôi là Mike Miller.
2. Anh Santos không phải là sinh viên.
3. Anh Miller có phải là nhân viên công ty không?
4. Anh Santos cũng là nhân viên công ty.

Ví dụ

1. Anh có phải là anh Mike Miller không?
   ···Vâng, tôi là Mike Miller.
2. Anh Miller, anh có phải là sinh viên không?
   ···Không, tôi không phải là sinh viên.
3. Ông Wang có phải là nhân viên ngân hàng không?
   ···Không, ông Wang không phải là nhân viên ngân hàng. Ông ấy là bác sĩ.
4. Vị kia là ai?
   ···Đó là ông Watt. Ông ấy là giảng viên của Trường Đại học Sakura.
5. Anh Guputa có phải là nhân viên công ty không?
   ···Vâng, (anh ấy) là nhân viên công ty.
   Chị Karina cũng là nhân viên công ty à?
   ···Không. (Chị Karina) là sinh viên.
6. Em Teresa mấy tuổi?
   ···(Em ấy) 9 tuổi.

Hội thoại

Rất vui được làm quen với chị

Sato: Chào anh!
Yamada: Chào chị!
         Chị Sato, đây là anh Mike Miller.
Miller: Rất vui được làm quen với chị. Tôi là Mike Miller.
         Tôi đến từ Mỹ.
         Rất mong sẽ nhận được sự giúp đỡ của chị.
Sato: Tôi là Keiko Sato.
         Rất vui được làm quen với anh.

III. Từ và thông tin tham khảo

国・人・ことば   NƯỚC, NGƯỜI & NGÔN NGỮ

国 Nước	人 Người	ことば Ngôn ngữ
アメリカ (Mỹ)	アメリカ人	英語 (tiếng Anh)
イギリス (Anh)	イギリス人	英語 (tiếng Anh)
イタリア (Ý)	イタリア人	イタリア語 (tiếng Ý)
イラン (Iran)	イラン人	ペルシア語 (tiếng Ba Tư)
インド (Ấn Độ)	インド人	ヒンディー語 (tiếng Hin-đi)
インドネシア (In-đô-nê-xi-a)	インドネシア人	インドネシア語 (tiếng In-đô-nê-xi-a)
エジプト (Ai Cập)	エジプト人	アラビア語 (tiếng Ả-rập)
オーストラリア (Úc)	オーストラリア人	英語 (tiếng Anh)
カナダ (Canađa)	カナダ人	英語 (tiếng Anh) フランス語 (tiếng Pháp)
韓国 (Hàn Quốc)	韓国人	韓国語 (tiếng Hàn Quốc)
サウジアラビア (Ả-rập Xê-út)	サウジアラビア人	アラビア語 (tiếng Ả-rập)
シンガポール (Singapore)	シンガポール人	英語 (tiếng Anh)
スペイン (Tây Ban Nha)	スペイン人	スペイン語 (tiếng Tây Ban Nha)
タイ (Thái Lan)	タイ人	タイ語 (tiếng Thái)
中国 (Trung Quốc)	中国人	中国語 (tiếng Trung Quốc)
ドイツ (Đức)	ドイツ人	ドイツ語 (tiếng Đức)
日本 (Nhật Bản)	日本人	日本語 (tiếng Nhật)
フランス (Pháp)	フランス人	フランス語 (tiếng Pháp)
フィリピン (Philippine)	フィリピン人	フィリピノ語 (tiếng Philippine)
ブラジル (Braxin)	ブラジル人	ポルトガル語 (tiếng Bồ Đào Nha)
ベトナム (Việt Nam)	ベトナム人	ベトナム語 (tiếng Việt)
マレーシア (Malaysia)	マレーシア人	マレーシア語 (tiếng Mã Lai)
メキシコ (Mexico)	メキシコ人	スペイン語 (tiếng Tây Ban Nha)
ロシア (Nga)	ロシア人	ロシア語 (tiếng Nga)

1

IV. Giải thích ngữ pháp

1. | Danh từ₁ は Danh từ₂ です |

1) Trợ từ は

Trợ từ は biểu thị rằng danh từ đứng trước nó là chủ đề của câu văn (xem Column1: Chủ đề và chủ ngữ). Người nói đặt は sau chủ đề mà mình muốn nói đến và xây dựng thành câu văn bằng cách thêm vào phía sau は những thông tin trần thuật vị ngữ.

① わたしは マイク・ミラーです。　　　　Tôi là Mike Miller.

[Chú ý] trợ từ は phát âm là わ.

2) です

Danh từ đi cùng です để tạo thành vị ngữ. です vừa biểu thị ý nghĩa phán đoán・khẳng định, vừa biểu thị thái độ lịch sự đối với người nghe. です biến đổi hình thức trong câu phủ định (xem 2) và trong biểu thị thì quá khứ (xem Bài 12).

② わたしは 会社員です。　　　　　Tôi là nhân viên công ty.

2. | Danh từ₁ は Danh từ₂ じゃ（では）ありません |

じゃ（では）ありません là thể phủ định của です. じゃ ありません thường được sử dụng trong hội thoại hàng ngày, còn では ありません được sử dụng trong các bài phát biểu trang trọng hay trong văn viết.

③ サントスさんは 学生じゃ ありません。　Anh Santos không phải là sinh viên.
　　　　　　　　　　（では）

[Chú ý] trợ từ は trong では đọc là わ.

3. | Danh từ₁ は Danh từ₂ ですか | (câu nghi vấn)

1) Trợ từ か

Trợ từ か được dùng để biểu thị sự không chắc chắn, sự nghi vấn của người nói. Câu nghi vấn được tạo thành bằng cách thêm か vào cuối câu. Trong câu nghi vấn, phần cuối câu được đọc với giọng cao hơn.

2) Câu nghi vấn để xác nhận xem nội dung của câu văn là đúng hay sai

Tạo thành câu nghi vấn bằng cách dùng trợ từ か ở cuối câu mà không thay đổi trật tự từ trong câu. Câu nghi vấn loại này xác nhận xem nội dung của câu văn là đúng hay sai, trường hợp đúng thì trả lời là はい, không đúng thì trả lời là いいえ.

④ ミラーさんは アメリカ人ですか。　　Anh Miller có phải là người Mỹ không?
　……はい、アメリカ人です。　　　　…Vâng, anh ấy là người Mỹ.

⑤ ミラーさんは 先生ですか。　　　　Anh Miller có phải là giáo viên không?
　……いいえ、先生じゃ ありません。　…Không, anh ấy không phải là giáo viên.

3) Câu nghi vấn có từ nghi vấn

Thay nghi vấn từ vào vị trí của nội dung mà bạn muốn hỏi, thêm trợ từ か vào cuối câu. Trật tự từ không thay đổi.

⑥　あの　方は　どなたですか。　　　　　Người kia là ai?
　……［あの　方は］ミラーさんです。　　…Người đó là anh Miller.

4. Danh từ も

Trợ từ も được dùng khi trình bày một nội dung tương tự như ở câu văn trước.

⑦　ミラーさんは　会社員です。グプタさんも　会社員です。
　　Anh Miller là nhân viên công ty. Anh Gupta cũng là nhân viên công ty.

5. Danh từ₁ の Danh từ₂

Trong trường hợp Danh từ₁ ở trước bổ nghĩa cho Danh từ₂ ở sau thì hai danh từ đó được nối với nhau bằng trợ từ の. Ở bài 1, Danh từ₁ biểu thị nơi sở thuộc của Danh từ₂.

⑧　ミラーさんは　IMCの　社員です。　　Anh Miller là nhân viên công ty IMC.

6. ～さん

Trong tiếng Nhật, từ さん được dùng sau họ hoặc tên của người nghe hoặc người ở ngôi thứ 3. Vì sử dụng さん để thể hiện tính lịch sự nên không dùng sau họ hoặc tên của chính người nói. Đối với trẻ em thì từ ちゃん với sắc thái thân mật sẽ được dùng thay cho さん.

⑨　あの　方は　ミラーさんです。　　　　Người kia là anh Miller.

Khi gọi, nếu trường hợp đã biết họ hoặc tên của người nghe thì không dùng あなた mà thêm さん vào sau họ hoặc tên người đó để gọi.

⑩　鈴木：ミラーさんは　学生ですか。　　Suzuki: Anh Miller có phải là sinh viên không?
　　ミラー：いいえ、会社員です。　　　　Miller: Không, tôi là nhân viên công ty.

[Chú ý] あなた được sử dụng trong những quan hệ cực kỳ thân mật như vợ chồng, người yêu, v.v.. Do đó cần thiết phải chú ý khi sử dụng ngoài những trường hợp trên vì có thể sẽ gây cho đối phương ấn tượng không tốt.

Bài 2

I. Từ vựng

これ		cái này, đây (vật ở gần người nói)
それ		cái đó, đó (vật ở gần người nghe)
あれ		cái kia, kia (vật ở xa cả người nói và người nghe)
この ～		～ này (gần người nói)
その ～ *		～ đó (gần người nghe)
あの ～ *		～ kia (xa cả người nói và người nghe)
ほん	本	sách
じしょ	辞書	từ điển
ざっし	雑誌	tạp chí
しんぶん	新聞	báo
ノート		vở
てちょう	手帳	sổ tay
めいし	名刺	danh thiếp
カード		thẻ (tín dụng), các, cạc
えんぴつ	鉛筆	bút chì
ボールペン		bút bi
シャープペンシル		bút chì kim, bút chì bấm
かぎ		chìa khóa
とけい	時計	đồng hồ
かさ	傘	ô, dù
かばん		cặp sách, túi sách
CD		đĩa CD
テレビ		tivi
ラジオ		radio
カメラ		máy ảnh
コンピューター		máy vi tính
くるま	車	ô tô, xe hơi
つくえ	机	bàn
いす		ghế
チョコレート		sôcôla
コーヒー		cà phê

[お]みやげ	[お]土産	quà (mua khi đi xa về hoặc mang đi khi thăm nhà người nào đó)
えいご	英語	tiếng Anh
にほんご	日本語	tiếng Nhật
～ご	～語	tiếng ～
なん	何	gì, cái gì
そう		vậy

〈練習C〉

あのう	à, ờ…(dùng để biểu thị sự ngại ngùng, do dự)
えっ	Hả? (dùng khi nghe một điều gì không mong muốn)
どうぞ。	Xin mời. (dùng khi mời ai đó cái gì)
[どうも] ありがとう [ございます]。	Xin chân thành cám ơn, xin cám ơn rất nhiều.
そうですか。	Thế à.
違います。	Không phải, không đúng, sai rồi.
あ	Ôi! (dùng khi nhận ra điều gì)

〈会話〉

これから お世話に なります。	Từ nay tôi rất mong được sự giúp đỡ của anh/chị.
こちらこそ [どうぞ] よろしく [お願いします]。	Chính tôi mới là người mong được sự giúp đỡ của anh/chị. (đáp lại câu [どうぞ] よろしく [おねがいします]。)

II. Phần dịch

Mẫu câu

1. Đây là quyển từ điển.
2. Đó là cái ô của tôi.
3. Quyển sách này là của tôi.

Ví dụ

1. Đây có phải là bút bi không?
   ⋯Vâng, phải.
2. Đó có phải là quyển vở không?
   ⋯Không, (đây là) quyển sổ tay.
3. Đó là cái gì?
   ⋯Đây là danh thiếp.
4. Đây là "9" hay là "7"?
   ⋯Là "9".
5. Đó là tạp chí gì?
   ⋯Tạp chí về máy vi tính.
6. Kia là cái cặp sách của ai?
   ⋯(Đó là cái cặp sách) của chị Sato.
7. Cái này có phải là của anh không, anh Miller?
   ⋯Không, không phải là của tôi.
8. Chiếc chìa khóa này là của ai?
   ⋯(Chiếc chìa khóa đó) là của tôi.

Hội thoại

Từ nay rất mong được sự giúp đỡ của anh

Yamada Ichiro: Vâng. Ai đấy ạ?
Santos: Tôi là Santos, phòng 408 đây ạ.
....
Santos: Chào anh. Tôi là Santos.
Từ nay chắc tôi sẽ phải nhờ anh giúp đỡ nhiều.
Rất mong được sự cộng tác của anh.
Yamada Ichiro: Không chính tôi mới phải nói thế.
Santos: À, đây là cà phê. Xin mời anh.
Yamada Ichiro: Xin cám ơn anh.

III. Từ và thông tin tham khảo

名前(なまえ) HỌ (CÁCH GỌI TÊN NGƯỜI NHẬT)

Những họ thường gặp nhất của người Nhật

1	佐藤(さとう)	2	鈴木(すずき)	3	高橋(たかはし)	4	田中(たなか)
5	渡辺(わたなべ)	6	伊藤(いとう)	7	山本(やまもと)	8	中村(なかむら)
9	小林(こばやし)	10	加藤(かとう)	11	吉田(よしだ)	12	山田(やまだ)
13	佐々木(ささき)	14	斎藤(さいとう)	15	山口(やまぐち)	16	松本(まつもと)
17	井上(いのうえ)	18	木村(きむら)	19	林(はやし)	20	清水(しみず)

城岡啓二、村山忠重「日本の姓の全国順位データベース」より。2011年8月公開
Trích từ "Cơ sở dữ liệu theo thứ tự trên toàn quốc về Họ của người Nhật" do Keiji Shirooka và Tadashige Murayama công bố vào tháng 8 năm 2011.

Chào hỏi

初(はじ)めまして。

⇐ Trong công việc, khi lần đầu gặp nhau người Nhật thường tiến hành trao đổi danh thiếp.

どうぞ よろしく お願(ねが)いします。

Khi chuyển nhà đến một địa điểm mới, người Nhật thường đến chào hàng xóm và mang theo một món quà nhỏ để tặng như khăn tắm, xà phòng, bánh kẹo, v.v.. ⇒

IV. Giải thích ngữ pháp

1. これ／それ／あれ

これ，それ，あれ là những từ chỉ vật và hoạt động như những danh từ.
これ dùng để chỉ một vật ở gần người nói
それ dùng để chỉ một vật ở gần người nghe
あれ dùng để chỉ một vật ở xa cả người nói và người nghe.

① それは 辞書ですか。　　　　　　Đó có phải là quyển từ điển không?
② これは だれの 傘ですか。　　　Đây là cái ô của ai?

2. この Danh từ／その Danh từ／あの Danh từ

この，その，あの được sử dụng bổ nghĩa cho danh từ.

③ この 本は わたしのです。　　　Quyển sách này là của tôi.
④ あの 方は どなたですか。　　　Vị kia là ai?

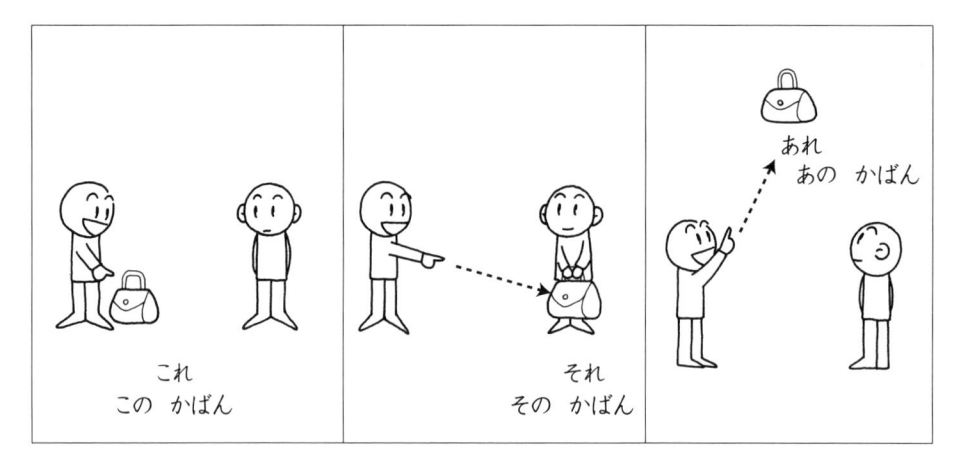

3. そうです

Trong câu danh từ, để trả lời khẳng định cho câu hỏi đúng hay sai thì bằng cách dùng そう có thể trả lời はい、そうです．

⑤ それは 辞書ですか。　　　　　　Đó có phải là quyển từ điển không?
　……はい、そうです。　　　　　　…Vâng, phải.

Trường hợp trả lời phủ định thì việc dùng そう để trả lời là không thông dụng, mà thay vào đó người ta thường sử dụng ちがいます (sai/không phải) hoặc kết quả đúng để trả lời.

⑥ それは ミラーさんのですか。　　Cái đó có phải là của anh Miller không?
　……いいえ、違います。　　　　　…Không, không phải.
⑦ それは シャープペンシルですか。　Đó có phải là bút chì kim không?
　……いいえ、ボールペンです。　　…Không, là bút bi.

4. 〜か、〜か

Đây là mẫu câu nghi vấn sắp xếp từ 2 câu nghi vấn trở lên với nhau và bắt (người nghe) lựa chọn nội dung đúng. Khi trả lời không dùng はい hay いいえ mà nói nguyên câu đã lựa chọn.

⑧　これは「9」ですか、「7」ですか。　　Đây là "9" hay "7" ?
　　……「9」です。　　　　　　　　　　…Là "9".

5. Danh từ₁ の Danh từ₂

Ở Bài 1 chúng ta đã học khi Danh từ₁ bổ nghĩa cho Danh từ₂, thì trợ từ の được dùng giữa Danh từ₁ và Danh từ₂. Ở bài này chúng ta sẽ học những cách sử dụng khác của の như sau:

1) Danh từ₁ giải thích nội dung Danh từ₂ là nói về cái gì

⑨　これは コンピューターの 本です。　　Đây là quyển sách về máy vi tính.

2) Danh từ₁ biểu thị chủ sở hữu của Danh từ₂

⑩　これは わたしの 本です。　　　　　　Đây là quyển sách của tôi.

6. の với vai trò thay thế cho danh từ

Trợ từ の này được sử dụng thay cho danh từ (ở ví dụ ⑪ là từ かばん) đã xuất hiện ở trước. Khi の được đặt ở sau danh từ (さとうさん) như ở ví dụ ⑪, thì nó tương tự như hình thức lược Danh từ₂ (かばん) trong cấu trúc Danh từ₁ の Danh từ₂ (さとうさんの かばん). の chỉ được dùng thay thế cho danh từ chỉ vật chứ không dùng cho danh từ chỉ người.

⑪　あれは だれの かばんですか。　　　Kia là cái cặp sách của ai?
　　……佐藤さんのです。　　　　　　　…Của anh/chị Sato.

⑫　この かばんは あなたのですか。　　Cái cặp sách này có phải là của anh/chị không?
　　……いいえ、わたしのじゃ ありません。　…Không, không phải là của tôi.

⑬　ミラーさんは IMCの 社員ですか。　Anh Miller có phải là nhân viên công ty IMC không?
　　……はい、IMCの 社員です。　　　　…Vâng, anh ấy là nhân viên công ty IMC.
　　×　はい、IMCのです。

7. お〜

お đi cùng danh từ và có chức năng biểu thị tính lịch sự. (Ví dụ: [お]みやげ, [お]さけ)

8. そうですか

Khi người nói tiếp nhận được thông tin mới nào đó và để bày tỏ là đã hiểu thì sử dụng biểu hiện này. Phát âm với giọng thấp.

⑭　この 傘は あなたのですか。　　　　　　　Cái ô này có phải là của anh không?
　　……いいえ、違います。シュミットさんのです。　…Không, không phải. Của anh Schmidt.
　　そうですか。　　　　　　　　　　　　　　　Thế à.

Bài 3

I. Từ vựng

ここ		chỗ này, đằng này, đây (gần người nói)
そこ		chỗ đó, đó (gần người nghe)
あそこ		chỗ kia, đằng kia, kia (xa cả người nói và người nghe)
どこ		chỗ nào, đâu
こちら		phía này, đằng này, chỗ này, đây (cách nói lịch sự của ここ)
そちら		phía đó, đằng đó, chỗ đó, đó (cách nói lịch sự của そこ)
あちら		phía kia, đằng kia, chỗ kia, kia (cách nói lịch sự của あそこ)
どちら		phía nào, đằng nào, chỗ nào, đâu (cách nói lịch sự của どこ)
きょうしつ	教室	lớp học, phòng học
しょくどう	食堂	nhà ăn
じむしょ	事務所	văn phòng
かいぎしつ	会議室	phòng họp
うけつけ	受付	quầy lễ tân, phòng thường trực
ロビー		hành lang, đại sảnh
へや	部屋	căn phòng
トイレ(おてあらい)	(お手洗い)	toa-lét, nhà vệ sinh, phòng vệ sinh
かいだん	階段	cầu thang
エレベーター		thang máy
エスカレーター		thang cuốn
じどうはんばいき	自動販売機	máy bán hàng tự động
でんわ	電話	điện thoại
[お]くに	[お]国	nước (của bạn/anh/chị)
かいしゃ	会社	công ty
うち		nhà

くつ	靴	giày
ネクタイ		cà vạt
ワイン		rượu vang
うりば	売り場	quầy bán (trong một bách hóa, v.v.)
ちか	地下	tầng hầm, dưới mặt đất
－かい（－がい）	－階	tầng thứ －
なんがい＊	何階	tầng mấy
－えん	－円	－ yên
いくら		bao nhiêu tiền
ひゃく	百	trăm
せん	千	nghìn
まん	万	mười nghìn, vạn

《練習C》

すみません。	Xin lỗi.
どうも。	Cám ơn.

《会話》

いらっしゃいませ。	Xin chào quý khách, mời quý khách vào. (lời chào khách hàng khi họ vào quán, quầy, v.v.)
［～を］見せて ください。	Cho tôi xem ［～］.
じゃ	Thế thì/Vậy thì
［～を］ください。	Cho tôi ［～］.

....

イタリア	Ý
スイス	Thụy Sĩ
フランス	Pháp
ジャカルタ	Gia-các-ta
バンコク	Băng-cốc
ベルリン	Béc-lin
新大阪	tên một ga ở Osaka

3

II. Phần dịch

Mẫu câu

1. Đây là nhà ăn.
2. Thang máy ở đằng kia.

Ví dụ

1. Đây có phải là ga Shin-Osaka không?
   ⋯Vâng, đúng rồi.
2. Phòng vệ sinh ở đâu?
   ⋯Ở đằng kia.
3. Anh Yamada ở đâu?
   ⋯Ở phòng họp.
4. Văn phòng ở đâu ạ?
   ⋯Ở kia ạ.
5. Anh đến từ nước nào?
   ⋯Mỹ.
6. Đó là giày nước nào?
   ⋯Giày Ý.
7. Đồng hồ này bao nhiêu tiền?
   ⋯18,600 yên.

Hội thoại

Chị cho tôi chai này

Nhân viên bán hàng A:	Xin chào chị.
Maria:	Xin lỗi, quầy bán rượu vang ở đâu ạ?
Nhân viên bán hàng A:	Ở dưới tầng hầm thứ nhất ạ.
Maria:	Cám ơn chị.
	⋯⋯⋯⋯⋯⋯⋯⋯⋯⋯⋯⋯⋯⋯⋯⋯
Maria:	Xin lỗi, cho tôi xem chai rượu vang đó.
Nhân viên bán hàng B:	Vâng, xin mời chị.
Maria:	Đây là rượu vang của nước nào?
Nhân viên bán hàng B:	Của Nhật chị ạ.
Maria:	Giá bao nhiêu?
Nhân viên bán hàng B:	2,500 yên.
Maria:	Vậy thì chị cho tôi chai này.

III. Từ và thông tin tham khảo

デパート　　CỬA HÀNG BÁCH HÓA

屋上(おくじょう)	遊園地(ゆうえんち) Công viên giải trí
8階(かい)	レストラン・催し物会場(もよおしものかいじょう) Nhà hàng, Phòng tổ chức sự kiện
7階(かい)	時計(とけい)・眼鏡(めがね) Đồng hồ, Kính mắt, Máy ảnh
6階(かい)	スポーツ用品(ようひん)・旅行用品(りょこうようひん) Dụng cụ thể thao, Đồ du lịch
5階(かい)	子(こ)ども服(ふく)・おもちゃ・本(ほん)・文房具(ぶんぼうぐ) Quần áo trẻ em, Đồ chơi, Sách, Văn phòng phẩm
4階(かい)	家具(かぐ)・食器(しょっき)・電化製品(でんかせいひん) Dụng cụ gia đình, Bát đũa, Sản phẩm điện máy
3階(がい)	紳士服(しんしふく) Quần áo nam
2階(かい)	婦人服(ふじんふく) Quần áo nữ
1階(かい)	靴(くつ)・かばん・アクセサリー・化粧品(けしょうひん) Giày, Cặp sách, Đồ trang sức, Mỹ phẩm
地下(ちか)1階(かい)	食品(しょくひん) Thực phẩm
地下(ちか)2階(かい)	駐車場(ちゅうしゃじょう) Bãi đỗ xe

IV. Giải thích ngữ pháp

1. ここ／そこ／あそこ／こちら／そちら／あちら

ここ, そこ, あそこ chỉ địa điểm. ここ chỉ vị trí mà người nói đang ở, そこ chỉ vị trí mà người nghe đang ở, あそこ chỉ vị trí ở xa cả người nói và người nghe.

こちら, そちら, あちら là những đại từ chỉ phương hướng, và cũng có thể dùng thay thế ここ, そこ, あそこ để chỉ địa điểm trước mắt. Trường hợp này nó sẽ thể hiện sắc thái lịch sự hơn.

[Chú ý] Khi người nói cho rằng người nghe cũng ở trong phạm vi vị trí của mình thì dùng ここ để chỉ vị trí của cả hai người đang ở, dùng そこ để chỉ vị trí hơi xa hai người, và dùng あそこ để chỉ vị trí xa hẳn hai người.

2. Danh từ は 地点 です

Mẫu câu này được dùng để diễn đạt một vật, một người hay một địa điểm nào đó ở đâu.

① お手洗いは あそこです。　　　　Nhà vệ sinh ở đằng kia.
② 電話は ２階です。　　　　　　Điện thoại ở tầng hai.
③ 山田さんは 事務所です。　　　Anh Yamada ở văn phòng.

3. どこ／どちら

どこ là nghi vấn từ hỏi về địa điểm, còn どちら là nghi vấn từ hỏi về phương hướng. Tuy nhiên どちら cũng có thể được dùng để hỏi về địa điểm. Trong trường hợp này thì どちら mang sắc thái lịch sự hơn どこ.

④ お手洗いは どこですか。　　　　Nhà vệ sinh ở đâu?
　……あそこです。　　　　　　　…Ở đằng kia.
⑤ エレベーターは どちらですか。　Thang máy ở chỗ nào vậy?
　……あちらです。　　　　　　　…Ở đằng kia ạ.

Ngoài ra, khi hỏi về tên của nơi chốn hay tổ chức trực thuộc như quốc gia, công ty, trường học… thì nghi vấn từ được dùng là どこ hay どちら chứ không phải là なん. Sử dụng どちら sẽ lịch sự hơn どこ.

⑥ 学校は どこですか。　　　　　　Anh học ở trường nào?
⑦ 会社は どちらですか。　　　　　Chị làm việc ở công ty nào ạ?

4. Danh từ₁ の Danh từ₂

Trường hợp Danh từ₁ là tên quốc gia còn Danh từ₂ là tên của sản phẩm thì Danh từ₁ の sẽ có nghĩa là sản phẩm của nước đó. Trường hợp Danh từ₁ là tên công ty còn Danh từ₂ là tên của sản phẩm thì Danh từ₁ の sẽ có nghĩa là sản phẩm của công ty đó. Cả hai trường hợp này đều sử dụng nghi vấn từ どこ khi hỏi.

⑧ これは どこの コンピューターですか。　Đây là máy vi tính của nước nào/hãng nào?
　……日本の コンピューターです。　…Đây là máy vi tính của Nhật Bản.
　……パワー電気の コンピューターです。
　…Đây là máy vi tính của công ty điện lực Power.

5. Bảng đại từ chỉ thị こ／そ／あ／ど

	nhóm こ	nhóm そ	nhóm あ	nhóm ど
đồ vật	これ	それ	あれ	どれ (Bài 16)
đồ vật/người	この danh từ	その danh từ	あの danh từ	どの danh từ (Bài 16)
địa điểm	ここ	そこ	あそこ	どこ
phương hướng/ địa điểm (lịch sự)	こちら	そちら	あちら	どちら

6. お～

Tiền tố được thêm vào trước một từ có liên quan đến người nghe hoặc người ở ngôi thứ ba để bày tỏ sự kính trọng của người nói.

⑨ ［お］国は どちらですか。　　　　Anh/Chị là người nước nào?

Bài 4

I. Từ vựng

おきます	起きます	dậy, thức dậy
ねます	寝ます	ngủ, đi ngủ
はたらきます	働きます	làm việc
やすみます	休みます	nghỉ, nghỉ ngơi
べんきょうします	勉強します	học
おわります	終わります	hết, kết thúc, xong
デパート		bách hóa
ぎんこう	銀行	ngân hàng
ゆうびんきょく	郵便局	bưu điện
としょかん	図書館	thư viện
びじゅつかん	美術館	bảo tàng mỹ thuật
いま	今	bây giờ
一じ	一時	－ giờ
一ふん（一ぷん）	一分	－ phút
はん	半	rưỡi, nửa
なんじ	何時	mấy giờ
なんぷん＊	何分	mấy phút
ごぜん	午前	sáng, trước mười hai giờ trưa
ごご	午後	chiều, sau mười hai giờ trưa
あさ	朝	buổi sáng, sáng
ひる	昼	buổi trưa, trưa
ばん（よる）	晩（夜）	buổi tối, tối
おととい		hôm kia
きのう		hôm qua
きょう		hôm nay
あした		ngày mai
あさって		ngày kia
けさ		sáng nay
こんばん	今晩	tối nay
やすみ	休み	nghỉ, nghỉ phép, ngày nghỉ
ひるやすみ	昼休み	nghỉ trưa

しけん	試験	thi, kỳ thi, kiểm tra
かいぎ	会議	cuộc họp, hội nghị (〜を します : tổ chức cuộc họp, hội nghị)
えいが	映画	phim, điện ảnh
まいあさ	毎朝	hàng sáng, mỗi sáng
まいばん	毎晩	hàng tối, mỗi tối
まいにち	毎日	hàng ngày, mỗi ngày
げつようび	月曜日	thứ hai
かようび	火曜日	thứ ba
すいようび	水曜日	thứ tư
もくようび	木曜日	thứ năm
きんようび	金曜日	thứ sáu
どようび	土曜日	thứ bảy
にちようび	日曜日	chủ nhật
なんようび	何曜日	thứ mấy
〜から		〜 từ
〜まで		〜 đến
〜と 〜		〜 và (dùng để nối danh từ)

〈練習 C〉
大変ですね。　　　　　　　　　　　Anh/Chị vất vả quá. (dùng để bày tỏ sự thông cảm)

〈会話〉
番号	số
何番	số bao nhiêu, số mấy
そちら	ông/bà, phía ông/phía bà

....

ニューヨーク	New York
ペキン	Bắc Kinh (北京)
ロサンゼルス	Los Angeles
ロンドン	Luân Đôn
あすか	tên giả định của một nhà hàng Nhật
アップル銀行	Ngân hàng Apple (tên giả định)
みどり図書館	Thư viện Midori (tên giả định)
やまと美術館	Bảo tàng mỹ thuật Yamato (tên giả định)

II. Phần dịch

Mẫu câu

1. Bây giờ là 4 giờ 5 phút.
2. Mỗi sáng tôi thức dậy vào lúc 6 giờ.
3. Tôi (đã) học hôm qua.

Ví dụ

1. Bây giờ là mấy giờ?
   ⋯2 giờ 10 phút.
   Ở New York bây giờ là mấy giờ?
   ⋯0 giờ 10 phút sáng.
2. Ngày nghỉ là thứ mấy?
   ⋯Thứ bảy và chủ nhật.
3. Ngân hàng Apple mở cửa từ mấy giờ đến mấy giờ?
   ⋯Từ 9 giờ đến 3 giờ.
4. Hàng tối anh/chị đi ngủ vào lúc mấy giờ?
   ⋯Tôi đi ngủ lúc 11 giờ.
5. Hàng ngày anh/chị học từ mấy giờ đến mấy giờ?
   ⋯Tôi học từ 9 giờ sáng đến 3 giờ chiều.
6. Thứ bảy anh/chị có làm việc không?
   ⋯Không, tôi không làm việc.
7. Hôm qua anh/chị có học không?
   ⋯Không, tôi không học.

Hội thoại

Nhà hàng mình mở cửa đến mấy giờ vậy ạ?

Miller:	Xin lỗi, số điện thoại nhà hàng Asuka là số mấy?
Sato:	Nhà hàng Asuka à? Là 5275-2725.
Miller:	Cám ơn anh.
	....
Nhân viên nhà hàng Asuka:	Vâng, nhà hàng Asuka nghe đây ạ.
Miller:	Xin lỗi. Nhà hàng mình mở cửa đến mấy giờ vậy ạ?
Nhân viên nhà hàng Asuka:	Đến 10 giờ ạ.
Miller:	Ngày nghỉ bán là thứ mấy ạ?
Nhân viên nhà hàng Asuka:	Chủ nhật ạ.
Miller:	Thế à. Cám ơn chị.

III. Từ và thông tin tham khảo

電話・手紙 (でんわ・てがみ) ĐIỆN THOẠI & THƯ TÍN

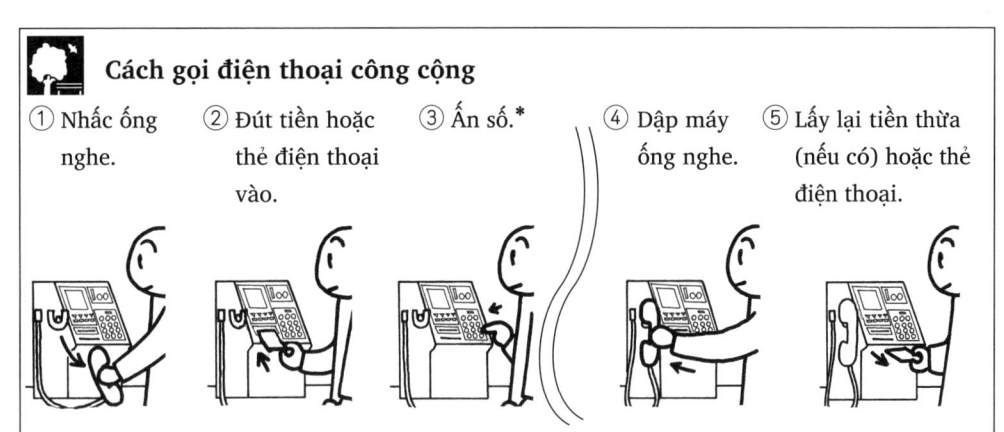

Cách gọi điện thoại công cộng

① Nhấc ống nghe.
② Đút tiền hoặc thẻ điện thoại vào.
③ Ấn số.*
④ Dập máy ống nghe.
⑤ Lấy lại tiền thừa (nếu có) hoặc thẻ điện thoại.

Các máy điện thoại công cộng chỉ dùng được thẻ, hoặc các đồng xu 10 yên và 100 yên. Nếu cho đồng 100 yên vào thì máy sẽ không trả lại tiền thừa.

*Nếu máy điện thoại có nút bắt đầu thì ấn nút này sau thao tác ③ ở trên.

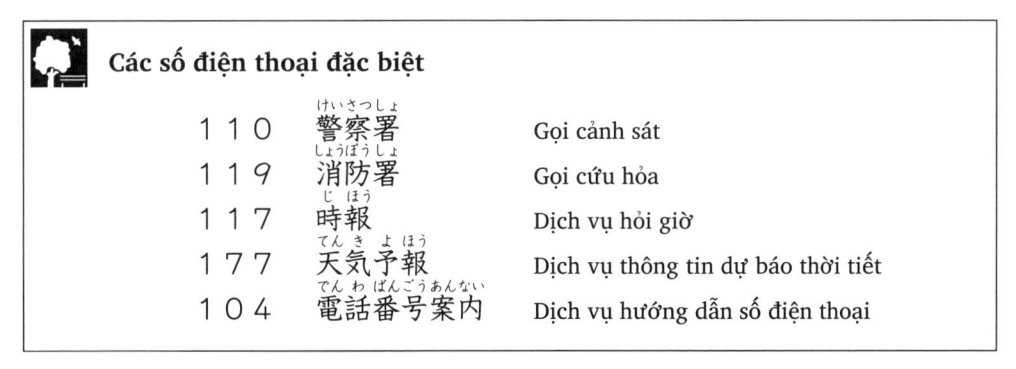

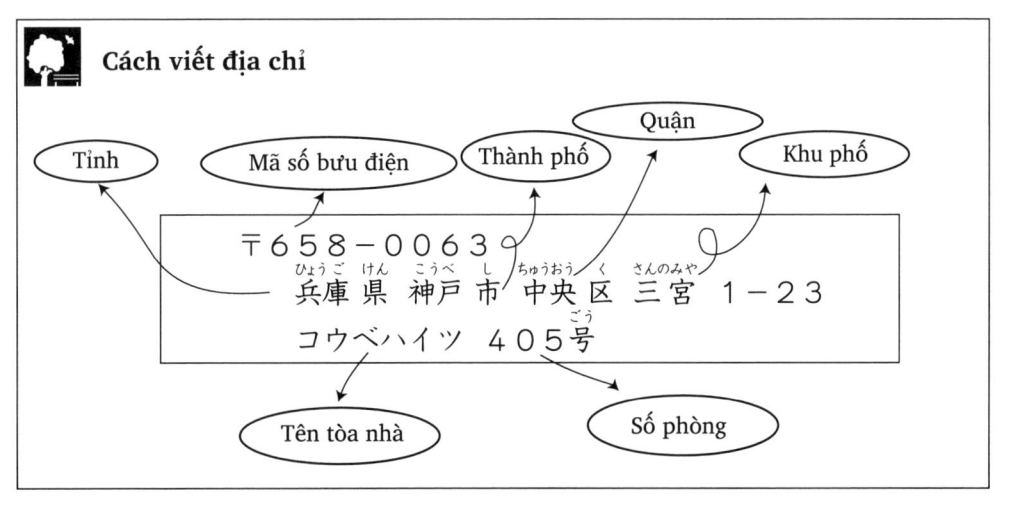

Các số điện thoại đặc biệt

110	警察署 (けいさつしょ)	Gọi cảnh sát
119	消防署 (しょうぼうしょ)	Gọi cứu hỏa
117	時報 (じほう)	Dịch vụ hỏi giờ
177	天気予報 (てんきよほう)	Dịch vụ thông tin dự báo thời tiết
104	電話番号案内 (でんわばんごうあんない)	Dịch vụ hướng dẫn số điện thoại

Cách viết địa chỉ

- Tỉnh
- Mã số bưu điện
- Thành phố
- Quận
- Khu phố

〒658-0063
兵庫県 神戸市 中央区 三宮 1-23
(ひょうご けん こうべ し ちゅうおう く さんのみや)
コウベハイツ 405号 (ごう)

- Tên tòa nhà
- Số phòng

IV. Giải thích ngữ pháp

1. 今 ー時ー分です

Để biểu thị thời gian, sau số từ chúng ta thêm trợ số từ 時 (giờ), 分 (phút). 分 được đọc là ふん khi các số đếm đứng trước nó là 2, 5, 7, 9, và được đọc là ぷん khi các số đếm đứng trước nó là 1, 3, 4, 6, 8 và 10. 1, 6, 8, 10 đứng trước ぷん được đọc tương ứng là いっ, ろっ, はっ, じゅっ（じっ）(xem thêm phần Phụ lục của quyển này). Để hỏi về thời gian chúng ta đặt なん trước じ và ぷん.

① 今 何時ですか。 Bây giờ là mấy giờ?
……7時10分です。 …7 giờ 10 phút.

2. Động từ ます／Động từ ません／Động từ ました／Động từ ませんでした

1) Động từ ます trở thành vị ngữ của câu. ます thể hiện thái độ lịch sự của người nói đối với người nghe.

② わたしは 毎日 勉強します。 Tôi học hàng ngày.

2) Động từ ます được sử dụng để trình bày chân lí, tập quán trong hiện tại, hành động, sự việc trong tương lai. Trong trường hợp câu phủ định và biểu thị thời quá khứ, nó sẽ biến đổi như sau:

	phi quá khứ (hiện tại/tương lai)	quá khứ
khẳng định	おきます	おきました
phủ định	おきません	おきませんでした

③ 毎朝 6時に 起きます。 Mỗi sáng tôi dậy vào lúc 6 giờ.
④ あした 6時に 起きます。 Ngày mai tôi (sẽ) dậy vào lúc 6 giờ.
⑤ けさ 6時に 起きました。 Sáng nay tôi (đã) dậy vào lúc 6 giờ.

3) Thể nghi vấn của câu động từ chúng ta không thay đổi trật tự của câu mà chỉ thêm trợ từ か vào cuối câu. Nghi vấn từ được dùng ở vị trí của nội dung muốn hỏi. Trong câu trả lời, chúng ta trả lời bằng cách nhắc lại động từ trong câu nghi vấn. そうです, ちがいます (xem Bài 2) không sử dụng được trong câu trả lời của câu nghi vấn động từ.

⑥ きのう 勉強しましたか。 Hôm qua anh/chị có học không?
……はい、勉強しました。 …Có, hôm qua tôi có học.
……いいえ、勉強しませんでした。 …Không, hôm qua tôi không học.
⑦ 毎朝 何時に 起きますか。 Mỗi sáng anh/chị dậy vào lúc mấy giờ?
……6時に 起きます。 …Tôi dậy vào lúc 6 giờ.

3. Danh từ (thời gian) に Động từ

Chúng ta thêm trợ từ に vào sau danh từ biểu thị thời gian để nói về thời điểm mà hành động/động tác xảy ra.

⑧ 6時半に 起きます。 Tôi dậy vào lúc 6 giờ rưỡi.

⑨　7月2日に　日本へ　来ました。
　　　Tôi (đã) đến Nhật Bản vào ngày mồng 2 tháng 7. (xem Bài 5)

[Chú ý 1] Không dùng trợ từ に sau những danh từ chỉ thời gian sau đây:
きょう, あした, あさって, きのう, おととい, けさ, こんばん, いま, まいあさ, まいばん, まいにち, せんしゅう (Bài 5), こんしゅう (Bài 5), らいしゅう (Bài 5), いつ (Bài 5), せんげつ (Bài 5), こんげつ (Bài 5), らいげつ (Bài 5), ことし (Bài 5), らいねん (Bài 5), きょねん (Bài 5), v.v..

⑩　きのう　勉強しました。　　　　　　Hôm qua tôi (đã) học.

[Chú ý 2] Có thể dùng hoặc không dùng trợ từ に với những danh từ sau:
～ようび, あさ, ひる, ばん, よる
⑪　日曜日[に]　奈良へ　行きます。　　Chủ nhật tôi (sẽ) đi Nara. (xem Bài 5)

4. Danh từ₁ から Danh từ₂ まで

1) から biểu thị điểm bắt đầu của thời gian hoặc địa điểm, còn まで biểu thị điểm kết thúc của thời gian hoặc địa điểm.
⑫　9時から　5時まで　勉強します。　Tôi học từ 9 giờ đến 5 giờ.
⑬　大阪から　東京まで　3時間　かかります。
　　　Từ Osaka đến Tokyo mất 3 tiếng. (xem Bài 11)

2) から và まで không nhất thiết phải luôn đi cùng với nhau, mà có thể được dùng riêng biệt.
⑭　9時から　働きます。　　　　　　　Tôi làm việc từ 9 giờ.

3) Để biểu thị ngày giờ bắt đầu và kết thúc của danh từ được nêu lên ở chủ đề thì có thể dùng です với ～から, ～まで, ～から ～まで.
⑮　銀行は　9時から　3時までです。　Ngân hàng mở cửa từ 9 giờ đến 3 giờ.
⑯　昼休みは　12時からです。　　　　Giờ nghỉ trưa bắt đầu từ 12 giờ.

5. Danh từ₁ と Danh từ₂

Khi nối hai danh từ đồng cách với nhau thì dùng trợ từ と.
⑰　銀行の　休みは　土曜日と　日曜日です。
　　　Ngân hàng đóng cửa vào thứ bảy và chủ nhật.

6. ～ね

Trợ từ ね được dùng ở cuối câu để thể hiện sự kỳ vọng của người nói vào sự đồng ý của người nghe, hay là để xác nhận, nhắc nhở.
⑱　毎日　10時まで　勉強します。　　Hàng ngày tôi học đến 10 giờ.
　　……大変ですね。　　　　　　　　…Vất vả quá nhỉ!
⑲　山田さんの　電話番号は　871の　6813です。
　　　Số điện thoại của ông Yamada là 871-6813.
　　……871の　6813ですね。　　　　…871-6813 đúng không ạ.

Bài 5

I. Từ vựng

いきます	行きます	đi
きます	来ます	đến
かえります	帰ります	về
がっこう	学校	trường học
スーパー		siêu thị
えき	駅	ga, nhà ga
ひこうき	飛行機	máy bay
ふね	船	thuyền, tàu thủy
でんしゃ	電車	tàu điện
ちかてつ	地下鉄	tàu điện ngầm
しんかんせん	新幹線	tàu Shinkansen (tàu điện cao tốc của Nhật)
バス		xe buýt
タクシー		tắc-xi
じてんしゃ	自転車	xe đạp
あるいて	歩いて	đi bộ
ひと	人	người
ともだち	友達	bạn, bạn bè
かれ*	彼	anh ấy, bạn trai
かのじょ	彼女	chị ấy, bạn gái
かぞく	家族	gia đình
ひとりで	一人で	một mình
せんしゅう	先週	tuần trước
こんしゅう	今週	tuần này
らいしゅう	来週	tuần sau
せんげつ	先月	tháng trước
こんげつ*	今月	tháng này
らいげつ	来月	tháng sau
きょねん	去年	năm ngoái
ことし*		năm nay
らいねん	来年	sang năm
－ねん*	－年	năm －
なんねん*	何年	mấy năm
－がつ	－月	tháng －
なんがつ*	何月	tháng mấy

ついたち	1日	ngày mồng 1
ふつか*	2日	ngày mồng 2, 2 ngày
みっか	3日	ngày mồng 3, 3 ngày
よっか*	4日	ngày mồng 4, 4 ngày
いつか*	5日	ngày mồng 5, 5 ngày
むいか	6日	ngày mồng 6, 6 ngày
なのか*	7日	ngày mồng 7, 7 ngày
ようか*	8日	ngày mồng 8, 8 ngày
ここのか	9日	ngày mồng 9, 9 ngày
とおか	10日	ngày mồng 10, 10 ngày
じゅうよっか	14日	ngày 14, 14 ngày
はつか*	20日	ngày 20, 20 ngày
にじゅうよっか*	24日	ngày 24, 24 ngày
ー にち	ー日	ngày ー, ー ngày
なんにち*	何日	ngày mấy, ngày bao nhiêu, mấy ngày, bao nhiêu ngày
いつ		bao giờ, khi nào
たんじょうび	誕生日	sinh nhật

〈練習C〉

そうですね。 ừ, nhỉ.

〈会話〉

[どうも]ありがとう ございました。	Xin cám ơn anh/chị rất nhiều.
どう いたしまして。	Không có gì đâu (anh/chị đừng bận tâm).
ー番線	sân ga số ー
次の	tiếp theo
普通	tàu thường (dừng cả ở các ga lẻ)
急行*	tàu tốc hành
特急*	tàu tốc hành đặc biệt

甲子園	tên một khu phố ở gần Osaka
大阪城	Lâu đài Osaka, một lâu đài nổi tiếng ở Osaka

II. Phần dịch

Mẫu câu

1. Tôi (sẽ) đi Kyoto.
2. Tôi (sẽ) về nhà bằng tắc-xi.
3. Tôi đã đến Nhật cùng với gia đình.

Ví dụ

1. Ngày mai anh/chị sẽ đi đâu?
   ⋯Tôi sẽ đi Nara.
2. Chủ nhật anh/chị đã đi đâu?
   ⋯Tôi không đi đâu cả.
3. Anh/Chị đi Tokyo bằng phương tiện gì?
   ⋯Tôi đi bằng Shinkansen.
4. Anh/Chị đi Tokyo cùng với ai?
   ⋯Tôi đi cùng với anh Yamada.
5. Anh/Chị (đã) đến Nhật bao giờ?
   ⋯Tôi (đã) đến vào ngày 25 tháng 3.
6. Sinh nhật của anh/chị là khi nào?
   ⋯Là ngày 13 tháng 6.

Hội thoại

Tàu này có đi Koshien không ạ?

Santos:	Xin lỗi. Vé đến Koshien là bao nhiêu ạ?
Người phụ nữ:	Là 350 yen.
Santos:	350 yen ạ. Cám ơn chị.
Người phụ nữ:	Không có gì.

....

Santos:	Xin lỗi, tàu đi Koshien là sân ga số mấy ạ?
Nhân viên nhà ga:	Sân ga số 5 ạ.
Santos:	Xin cám ơn.

....

Santos:	Anh ơi, tàu này có đi Koshien không ạ?
Người đàn ông:	Không, chuyến tàu thường tiếp theo mới đi cơ.
Santos:	Ồ thế à. Cám ơn anh.

III. Từ và thông tin tham khảo

祝祭日 (しゅくさいじつ) NGÀY NGHỈ QUỐC GIA

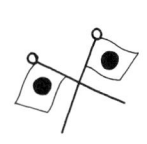

1月1日 (がつついたち)	元日 (がんじつ)	Ngày mồng 1 Tết
1月第2月曜日** (がつだいげつようび)	成人の日 (せいじんのひ)	Ngày Trưởng thành, Lễ thành nhân
2月11日 (がつにち)	建国記念の日 (けんこくきねんのひ)	Ngày Quốc khánh (kỷ niệm kiến quốc)
2月23日 (がつにち)	天皇誕生日 (てんのうたんじょうび)	Sinh nhật của Thiên hoàng
3月20日* (がつはつか)	春分の日 (しゅんぶんのひ)	Ngày Xuân phân
4月29日 (がつにち)	昭和の日 (しょうわのひ)	Ngày Kỷ niệm Thiên Hoàng Showa
5月3日 (がつみっか)	憲法記念日 (けんぽうきねんび)	Ngày Kỷ niệm Hiến pháp
5月4日 (がつよっか)	みどりの日 (ひ)	Ngày Màu xanh
5月5日 (がついつか)	こどもの日 (ひ)	Ngày Trẻ em
7月第3月曜日*** (がつだいげつようび)	海の日 (うみのひ)	Ngày Biển
8月11日 (がつにち)	山の日 (やまのひ)	Ngày Núi
9月第3月曜日*** (がつだいげつようび)	敬老の日 (けいろうのひ)	Ngày Kính lão
9月23日* (がつにち)	秋分の日 (しゅうぶんのひ)	Ngày Thu phân
10月第2月曜日** (がつだいげつようび)	スポーツの日 (ひ)	Ngày Thể thao
11月3日 (がつみっか)	文化の日 (ぶんかのひ)	Ngày Văn hóa
11月23日 (がつにち)	勤労感謝の日 (きんろうかんしゃのひ)	Ngày Cảm tạ lao động

* Thay đổi theo năm.
** Thứ hai của tuần thứ hai
*** Thứ hai của tuần thứ ba

> Nếu một ngày nghỉ quốc gia rơi vào chủ nhật thì ngày thứ hai liền sau sẽ được nghỉ bù. Có một kỳ nghỉ liền từ ngày 29 tháng 4 đến ngày mồng 5 tháng 5, được gọi là ゴールデンウィーク (Tuần lễ vàng [Golden Week]). Một số công ty cho nhân viên nghỉ suốt cả tuần.

IV. Giải thích ngữ pháp

1. Danh từ (địa điểm) へ 行きます／来ます／帰ります

Khi sử dụng động từ chỉ sự di chuyển, thì dùng trợ từ へ để chỉ phương hướng di chuyển.

① 京都へ 行きます。　　　　　　Tôi đi Kyoto.
② 日本へ 来ました。　　　　　　Tôi đã đến Nhật Bản. (xem Bài 6)
③ うちへ 帰ります。　　　　　　Tôi về nhà.

[Chú ý] Trợ từ へ phát âm là え.

2. どこ[へ]も 行きません／行きませんでした

Khi muốn phủ định hoàn toàn đối tượng trong phạm vi được hỏi bởi nghi vấn từ thì thêm trợ từ も vào nghi vấn từ và chuyển động từ thành dạng phủ định.

④ どこ[へ]も 行きません。　　　　Tôi không đi đâu cả.
⑤ 何も 食べません。　　　　　　Tôi không ăn gì cả. (xem Bài 6)
⑥ だれも 来ませんでした。　　　(Đã) không có ai đến cả.

3. Danh từ (phương tiện đi lại) で 行きます／来ます／帰ります

Trợ từ で biểu thị phương tiện hay cách thức tiến hành một việc gì đó. Ở đây, trợ từ で được dùng sau danh từ chỉ phương tiện đi lại và dùng kèm với động từ di chuyển nhằm biểu thị phương tiện giao thông.

⑦ 電車で 行きます。　　　　　　Tôi đi bằng tàu điện.
⑧ タクシーで 来ました。　　　　Tôi đã đến bằng tắc-xi.

Trong trường hợp đi bộ thì dùng あるいて mà không kèm theo trợ từ で.

⑨ 駅から 歩いて 帰りました。　　Tôi đã đi bộ từ ga về nhà.

4. Danh từ (người/động vật) と Động từ

Chúng ta dùng trợ từ と để biểu thị một người (hoặc động vật) cùng thực hiện hành động.

⑩ 家族と 日本へ 来ました。　　　Tôi đã đến Nhật Bản cùng với gia đình.

Trong trường hợp thực hiện hành động một mình thì dùng ひとりで. Trường hợp này không dùng trợ từ と.

⑪ 一人で 東京へ 行きます。　　　Tôi đi Tokyo một mình.

5. いつ

Khi muốn hỏi về thời gian thì ngoài cách dùng nghi vấn từ có sử dụng なん như なんじ, なんようび, なんがつなんにち, còn có thể dùng nghi vấn từ いつ. Đối với いつ thì không dùng trợ từ に ở sau.

⑫ いつ 日本へ 来ましたか。　　　　　Bạn đến Nhật bao giờ?
　……３月 25 日に 来ました。　　　　…Tôi đến Nhật vào ngày 25 tháng 3.

⑬ いつ 広島へ 行きますか。　　　　　Khi nào bạn sẽ đi Hiroshima?
　……来週 行きます。　　　　　　　…Tuần sau tôi sẽ đi.

6. ～よ

Trợ từ よ được đặt ở cuối câu để nhấn mạnh một thông tin nào đó mà người nghe chưa biết, hoặc để truyền đạt sự phán đoán hoặc ý kiến của người nói đối với người nghe.

⑭ この 電車は 甲子園へ 行きますか。
　……いいえ、行きません。次の「普通」ですよ。
　Tàu điện này có đi đến Koshien không?
　　…Không, không đi. Chuyến tàu thường tiếp theo mới đi cơ.

⑮ 北海道に 馬が たくさん いますよ。
　Ở Hokkaido có nhiều ngựa lắm đấy. (xem Bài 18)

⑯ マリアさん、この アイスクリーム、おいしいですよ。
　Chị Maria ơi, kem này ngon lắm đấy. (xem Bài 19)

7. そうですね

そうですね là một biểu hiện thể hiện sự đồng ý, đồng cảm với điều đối phương nói. Có một biểu hiện gần giống đó là そうですか (xem mục 8 Bài 2), nhưng そうですか là biểu hiện sử dụng nhằm biểu thị người nghe đã nắm bắt thông tin mới mà mình không biết từ người nói, còn そうですね là biểu hiện sử dụng để thể hiện sự đồng ý, đồng cảm về điều mà cả người nói cũng nghĩ như thế, cũng biết như thế.

⑰ あしたは 日曜日ですね。　　　　Ngày mai là chủ nhật nhỉ?
　……あ、そうですね。　　　　　　…À, ừ nhỉ.

Bài 6

I. Từ vựng

たべます	食べます	ăn
のみます	飲みます	uống
すいます ［たばこを～］	吸います	hút [thuốc lá]
みます	見ます	nhìn, xem
ききます	聞きます	nghe
よみます	読みます	đọc
かきます	書きます	viết (かきます còn có nghĩa là "vẽ", và trong sách này với ý nghĩa đó được viết bằng chữ Hiragana.)
かいます	買います	mua
とります ［しゃしんを～］	撮ります ［写真を～］	chụp [ảnh]
します		làm, chơi
あいます ［ともだちに～］	会います ［友達に～］	gặp [bạn]
ごはん		bữa ăn, cơm
あさごはん *	朝ごはん	cơm sáng, bữa sáng
ひるごはん	昼ごはん	cơm trưa, bữa trưa
ばんごはん *	晩ごはん	cơm tối, bữa tối
パン		bánh mì
たまご	卵	trứng
にく	肉	thịt
さかな	魚	cá
やさい	野菜	rau
くだもの	果物	hoa quả, trái cây
みず	水	nước
おちゃ	お茶	trà, trà xanh
こうちゃ	紅茶	trà đen
ぎゅうにゅう （ミルク）	牛乳	sữa bò (sữa)
ジュース		nước hoa quả
ビール		bia
［お］さけ	［お］酒	rượu, rượu gạo Nhật Bản
たばこ		thuốc lá

てがみ	手紙	thư
レポート		báo cáo
しゃしん	写真	ảnh
ビデオ		băng video, đầu video
みせ	店	cửa hàng, tiệm
にわ	庭	vườn
しゅくだい	宿題	bài tập về nhà (〜を します: làm bài tập về nhà)
テニス		quần vợt (〜を します: đánh quần vợt)
サッカー		bóng đá (〜を します: chơi bóng đá)
[お]はなみ	[お]花見	(việc) ngắm hoa anh đào (〜を します: ngắm hoa anh đào)
なに	何	cái gì, gì
いっしょに		cùng, cùng nhau
ちょっと		một chút
いつも		luôn luôn, lúc nào cũng
ときどき	時々	thỉnh thoảng
それから		sau đó, tiếp theo
ええ		vâng/được
いいですね。		Được đấy nhỉ./Hay quá.
わかりました。		Tôi hiểu rồi./Vâng ạ.

〈会話〉

何ですか。	Có gì đấy ạ?/Cái gì vậy?/Vâng có tôi.
じゃ、また[あした]。	Hẹn gặp lại [ngày mai].

メキシコ	Mexico
大阪デパート	tên bách hóa giả định
つるや	tên nhà hàng giả định
フランス屋	tên siêu thị giả định
毎日屋	tên siêu thị giả định

II. Phần dịch

Mẫu câu

1. Tôi đọc sách.
2. Tôi mua báo ở ga.
3. Anh/Chị có cùng đi Kobe với tôi không?
4. Chúng ta nghỉ một lát đi.

Ví dụ

1. Anh/Chị có uống rượu không?
   ⋯Không, tôi không uống.
2. Hàng ngày anh/chị ăn gì?
   ⋯Tôi ăn bánh mì và trứng.
3. Sáng nay anh/chị đã ăn gì?
   ⋯Tôi (đã) không ăn gì cả.
4. Thứ bảy anh/chị đã làm gì?
   ⋯Tôi (đã) học tiếng Nhật. Sau đó đi xem phim với bạn.
5. Anh/Chị (đã) mua cái cặp đó ở đâu?
   ⋯Tôi (đã) mua ở Mexico.
6. Ngày mai anh/chị có đánh ten-nít cùng với tôi không?
   ⋯Ừ, được đấy nhỉ.
7. Ngày mai chúng ta gặp nhau ở ga vào lúc 10 giờ nhé.
   ⋯Tôi biết rồi.

Hội thoại

Anh có đi cùng với tôi không?

Sato: Anh Miller!
Miller: Có gì đấy?
Sato: Ngày mai tôi sẽ đi ngắm hoa anh đào với bạn. Anh Miller có đi cùng với tôi không?
Miller: Hay quá nhỉ. Đi chỗ nào?
Sato: Đi lâu đài Osaka.
Miller: Đi lúc mấy giờ ạ?
Sato: Chúng ta gặp nhau ở ga Osaka vào lúc 10 giờ nhé.
Miller: Tôi biết rồi.
Sato: Thế thì hẹn gặp lại ngày mai nhé.

III. Từ và thông tin tham khảo

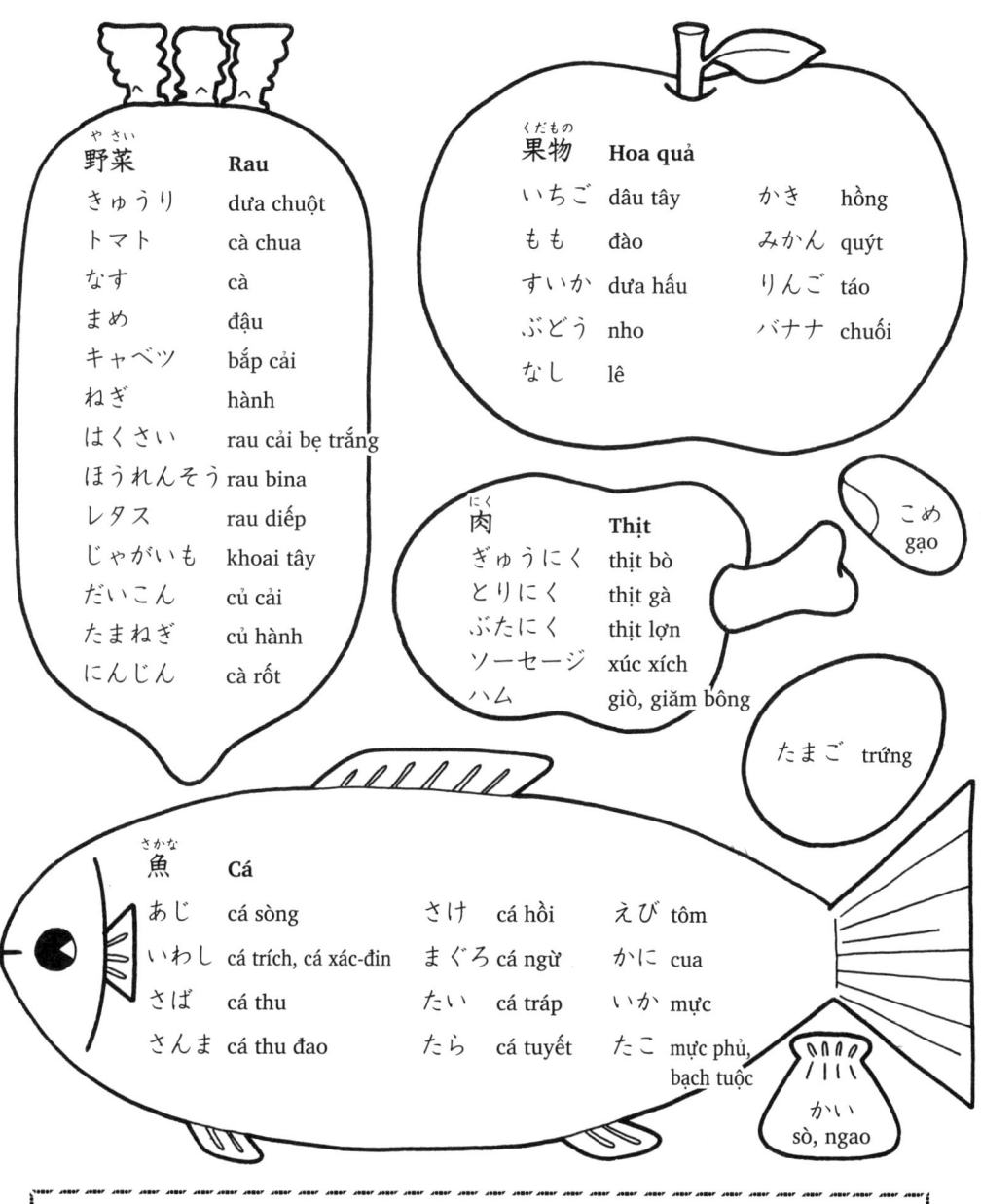

食べ物 (たべもの) THỨC ĂN

野菜 (やさい) Rau

きゅうり	dưa chuột
トマト	cà chua
なす	cà
まめ	đậu
キャベツ	bắp cải
ねぎ	hành
はくさい	rau cải bẹ trắng
ほうれんそう	rau bina
レタス	rau diếp
じゃがいも	khoai tây
だいこん	củ cải
たまねぎ	củ hành
にんじん	cà rốt

果物 (くだもの) Hoa quả

いちご	dâu tây	かき	hồng
もも	đào	みかん	quýt
すいか	dưa hấu	りんご	táo
ぶどう	nho	バナナ	chuối
なし	lê		

肉 (にく) Thịt

ぎゅうにく	thịt bò
とりにく	thịt gà
ぶたにく	thịt lợn
ソーセージ	xúc xích
ハム	giò, giăm bông

こめ gạo

たまご trứng

魚 (さかな) Cá

あじ	cá sòng	さけ	cá hồi	えび	tôm
いわし	cá trích, cá xác-đin	まぐろ	cá ngừ	かに	cua
さば	cá thu	たい	cá tráp	いか	mực
さんま	cá thu đao	たら	cá tuyết	たこ	mực phủ, bạch tuộc

かい sò, ngao

Nhật Bản nhập khẩu trên một nửa lượng thực phẩm của mình. Tỷ lệ tự cấp đối với một số mặt hàng lương thực-thực phẩm như sau: ngũ cốc 59%, rau củ 81%, trái cây 38%, thịt 56%, hải sản 60% (theo số liệu năm 2010 của Bộ Nông nghiệp, Lâm nghiệp và Thủy sản Nhật Bản). Trong số các loại ngũ cốc thì chỉ có gạo (loại ngũ cốc chủ yếu của đất nước) là có tỷ lệ tự cấp đạt 100%.

IV. Giải thích ngữ pháp

1. ⎡Danh từ を Động từ (ngoại động từ)⎦

Dùng trợ từ を để biểu thị tân ngữ của ngoại động từ.

① ジュースを 飲みます。   Tôi uống nước hoa quả.

[Chú ý] Chữ を chỉ được dùng để ký hiệu trợ từ.

2. ⎡Danh từ を します⎦

Động từ します có một phạm vi rất lớn các danh từ làm tân ngữ. Mẫu câu này biểu thị hành động thực hiện nội dung được diễn đạt ở tân ngữ. Dưới đây là một vài ví dụ.

1) Chơi thể thao, chơi game, v.v.
   サッカーを します chơi bóng đá   トランプを します chơi tú lơ khơ

2) Tụ tập, tổ chức cuộc vui, sự kiện, v.v.
   パーティーを します mở tiệc   会議を します tổ chức hội nghị

3) Một số ví dụ khác
   宿題を します làm bài tập về nhà   仕事を します làm việc
   電話を します gọi điện thoại

3. ⎡何を しますか⎦

Mẫu câu này để hỏi nội dung làm (cái gì).

② 月曜日 何を しますか。   Thứ hai anh/chị làm gì?
   ……京都へ 行きます。   …Tôi đi Kyoto.

③ きのう 何を しましたか。   Hôm qua anh/chị đã làm gì?
   ……サッカーを しました。   …Tôi chơi bóng đá.

4. ⎡なん và なに⎦

なん và なに đều có cùng ý nghĩa.

なん được dùng trong những trường hợp sau:

1) Đi sau nó là những từ được bắt đầu bởi hàng た, hàng だ, hàng な.

   ④ それは 何ですか。   Đó là cái gì?
   ⑤ 何の 本ですか。   (Đây/Đó) là quyển sách gì?
   ⑥ 寝る まえに、何と 言いますか。   Anh/Chị nói gì trước khi ngủ? (xem Bài 21)
   ⑦ 何で 東京へ 行きますか。   Anh/chị đi đến Tokyo bằng phương tiện gì?

[Chú ý] なんで ngoài việc được dùng để hỏi về phương tiện, còn được dùng để hỏi về lí do. Trường hợp muốn làm rõ ý hỏi về phương tiện thì có thể dùng なにで.

   ⑧ 何で 東京へ 行きますか。   Anh/chị đi Tokyo bằng phương tiện gì?
   ……新幹線で 行きます。   …Tôi đi bằng tàu Shinkansen.

2) Khi có trợ số từ đi cùng

⑨ テレーザちゃんは 何歳ですか。　　　　Bé Tereza mấy tuổi?

Các trường hợp khác ngoài 1) và 2) thì dùng なに.

⑩ 何を 買いますか。　　　　　　　　　Anh/Chị mua gì?

5. Danh từ (địa điểm) で Động từ

Trong mẫu câu này thì trợ từ で được dùng sau danh từ chỉ địa điểm để biểu thị nơi diễn ra hành động.

⑪ 駅で 新聞を 買います。　　　　　　　Tôi mua báo ở ga.

6. Động từ ませんか

Mẫu câu này dùng để mời hoặc đề nghị người nghe làm một việc gì đó.

⑫ いっしょに 京都へ 行きませんか。　　Anh/Chị có đi Kyoto cùng với tôi không?
　……ええ、いいですね。　　　　　　　…Vâng, hay quá.

7. Động từ ましょう

Mẫu câu này dùng khi người nói tích cực đề xuất, mời người nghe cùng làm một việc gì đó. Nó cũng được dùng trong trường hợp người nghe tích cực đáp ứng đề xuất, lời mời đó.

⑬ ちょっと 休みましょう。　　　　　　Chúng ta cùng nghỉ một lát đi.

⑭ いっしょに 昼ごはんを 食べませんか。
　……ええ、食べましょう。

　Anh/Chị có cùng ăn cơm trưa với tôi không?
　　…Được, chúng ta cùng ăn nhé.

[Chú ý] "Động từ ませんか" và "Động từ ましょう" đều là những cách nói để mời người nghe làm gì đó, nhưng "Động từ ませんか" thể hiện tâm lý tôn trọng ý chí của người nghe hơn là "Động từ ましょう".

8. ～か

Trợ từ か dùng khi biểu thị người nghe đã nắm bắt thông tin mới mà mình không biết từ người nói. Cách dùng này giống với cách dùng của か trong そうですか (xem phần 8 Bài 2).

⑮ 日曜日 京都へ 行きました。　　　　Chủ nhật tôi đã đi Kyoto.
　……京都ですか。いいですね。　　　　…Kyoto à? Hay quá nhỉ.

Bài 7

I. Từ vựng

きります	切ります	cắt
おくります	送ります	gửi
あげます		cho, tặng
もらいます		nhận
かします	貸します	cho mượn, cho vay
かります	借ります	mượn, vay
おしえます	教えます	dạy
ならいます	習います	học, tập
かけます		gọi [điện thoại]
[でんわを～]	[電話を～]	
て	手	tay
はし		đũa
スプーン		thìa
ナイフ		dao
フォーク		dĩa, nĩa
はさみ		kéo
パソコン		máy vi tính cá nhân
ケータイ		điện thoại di động
メール		thư điện tử, email
ねんがじょう	年賀状	thiệp mừng năm mới
パンチ		cái đục lỗ
ホッチキス		cái dập ghim
セロテープ		băng dính
けしゴム	消しゴム	cái tẩy, cục tẩy
かみ	紙	giấy
はな	花	hoa
シャツ		áo sơ mi
プレゼント		quà tặng, tặng phẩm
にもつ	荷物	đồ đạc, hành lý
おかね	お金	tiền
きっぷ	切符	vé
クリスマス		Giáng sinh

ちち	父	bố (dùng khi nói về bố mình)
はは	母	mẹ (dùng khi nói về mẹ mình)
おとうさん*	お父さん	bố (dùng khi nói về bố người khác và dùng khi xung hô với bố mình)
おかあさん	お母さん	mẹ (dùng khi nói về mẹ người khác và dùng khi xung hô với mẹ mình)

もう	đã, rồi
まだ	chưa
これから	từ bây giờ, sau đây

〈練習C〉

[〜、] すてきですね。   [〜] hay nhỉ./đẹp nhỉ.

〈会話〉

いらっしゃい。   Rất hoan nghênh anh/chị đã đến chơi./
                        Chào mừng anh/chị đã đến chơi.

どうぞ お上がり ください。   Mời anh/chị vào.

失礼します。   Xin phép tôi vào./Xin phép 〜. (dùng khi bước vào nhà của người khác)

[〜は] いかがですか。   Anh/Chị dùng 〜 nhé? (dùng khi mời ai đó cái gì)

いただきます。   Mời anh/chị dùng 〜. (cách nói dùng trước khi ăn hoặc uống)

ごちそうさま[でした]*。   Xin cám ơn anh/chị đã đãi tôi bữa ăn ngon. (câu nói dùng sau khi ăn xong)

スペイン   Tây Ban Nha

II. Phần dịch

Mẫu câu

1. Tôi xem phim bằng máy vi tính.
2. Tôi tặng hoa cho chị Kimura.
3. Tôi đã nhận sôcôla từ chị Karina.
4. Tôi đã gửi mail rồi.

Ví dụ

1. Anh/Chị đã học tiếng Nhật qua ti-vi phải không?
   ⋯Không, tôi học qua radio.
2. Anh/Chị sẽ viết báo cáo bằng tiếng Nhật chứ?
   ⋯Không, tôi sẽ viết bằng tiếng Anh.
3. "Good bye" trong tiếng Nhật nói thế nào?
   ⋯Nói là "Sayonara".
4. Anh/Chị viết thiệp mừng năm mới cho ai?
   ⋯Tôi viết cho thầy giáo và bạn bè.
5. Cái đó là cái gì?
   ⋯Là quyển sổ tay. Tôi được anh Yamada tặng.
6. Anh/Chị đã mua vé tàu Shinkansen chưa?
   ⋯Rồi, tôi đã mua rồi.
7. Anh/Chị đã ăn cơm trưa chưa?
   ⋯Chưa, tôi chưa ăn. Bây giờ tôi sẽ ăn.

Hội thoại

Xin mời vào

Yamada Ichiro:	Vâng.
Jose Santos:	Tôi là Santos.

....

Yamada Ichiro:	Xin chào. Mời anh vào nhà.
Jose Santos:	Xin phép anh.

....

Yamada Tomoko:	Chị dùng cà-phê nhé?
Maria Santos:	Vâng, cám ơn chị.

....

Yamada Tomoko:	Xin mời chị.
Maria Santos:	Mời chị nhé.
	Cái thìa này đẹp quá nhỉ.
Yamada Tomoko:	À, đồng nghiệp trong công ty tặng tôi đấy.
	Quà từ Mê-hi-cô ấy mà.

III. Từ và thông tin tham khảo

家族(かぞく) GIA ĐÌNH

わたしの 家族(かぞく) Gia đình của tôi

- 祖母(そぼ) Bà — 祖父(そふ) Ông ------- 祖父母(そふぼ) Ông bà
- 母(はは) Mẹ — 父(ちち) Bố ------- 両親(りょうしん) Bố mẹ
- 妹(いもうと) Em gái
- 弟(おとうと) Em trai
- 姉(あね) Chị gái
- 兄(あに) Anh trai ------- 兄弟(きょうだい) Anh em
- 妻(つま) Vợ (夫(おっと) Chồng)
- わたし Tôi ------- 夫婦(ふうふ) Vợ chồng
- 娘(むすめ) Con gái
- 息子(むすこ) Con trai ------- 子(こ)ども Con cái

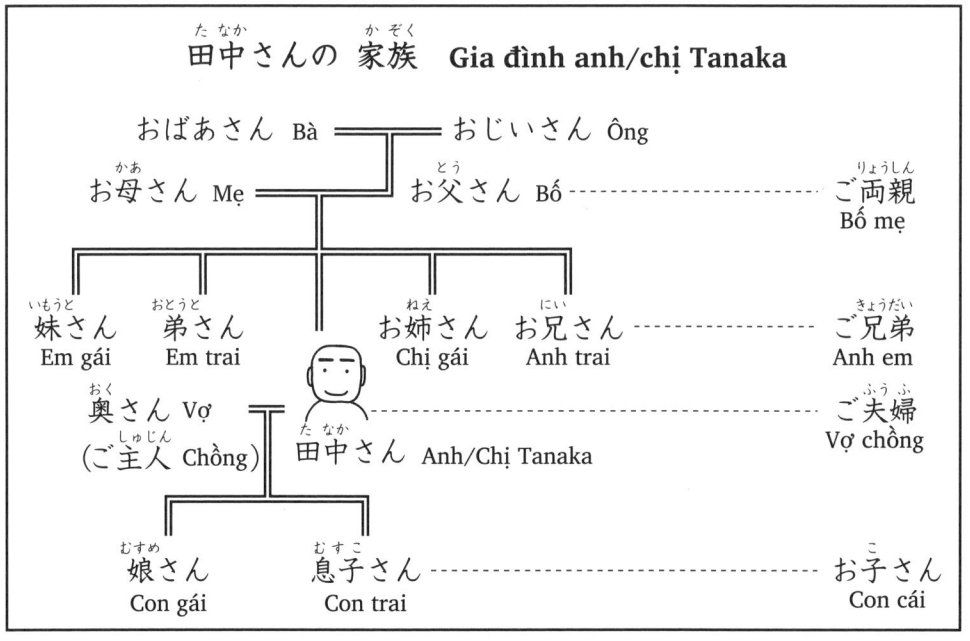

田中(たなか)さんの 家族(かぞく) Gia đình anh/chị Tanaka

- おばあさん Bà — おじいさん Ông
- お母(かあ)さん Mẹ — お父(とう)さん Bố ------- ご両親(りょうしん) Bố mẹ
- 妹(いもうと)さん Em gái
- 弟(おとうと)さん Em trai
- お姉(ねえ)さん Chị gái
- お兄(にい)さん Anh trai ------- ご兄弟(きょうだい) Anh em
- 奥(おく)さん Vợ (ご主人(しゅじん) Chồng)
- 田中(たなか)さん Anh/Chị Tanaka ------- ご夫婦(ふうふ) Vợ chồng
- 娘(むすめ)さん Con gái
- 息子(むすこ)さん Con trai ------- お子(こ)さん Con cái

7

49

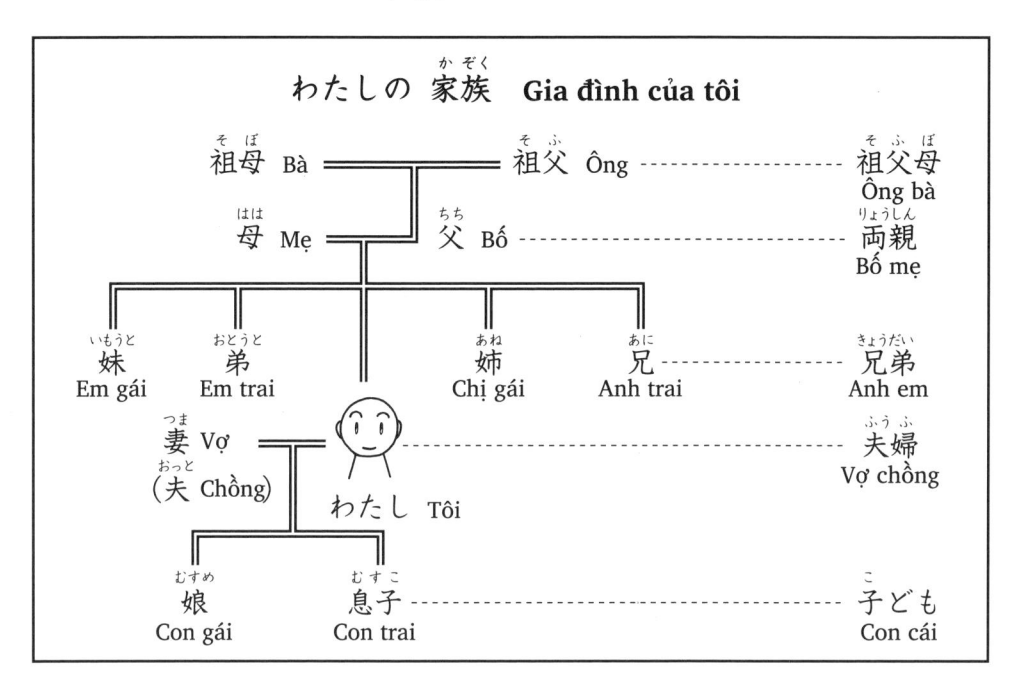

IV. Giải thích ngữ pháp

1. ┃ Danh từ (công cụ/phương tiện) で Động từ ┃

Ở đây chúng ta học về trợ từ biểu thị phương tiện hay cách thức tiến hành một việc gì đó.

① はしで 食べます。　　　　　　　　Tôi ăn (cơm) bằng đũa.
② 日本語で レポートを 書きます。　　Tôi viết báo cáo bằng tiếng Nhật.

2. ┃ "Từ/Câu" は ～語で 何ですか ┃

Mẫu câu này được dùng để hỏi ý nghĩa của một từ, một câu được nói như thế nào bằng một ngôn ngữ khác.

③ 「ありがとう」は 英語で 何ですか。　　"Arigato" tiếng Anh nói thế nào?
　……「Thank you」です。　　　　　　　…Tiếng Anh nói là "Thank you".
④ 「Thank you」は 日本語で 何ですか。　"Thank you" tiếng Nhật nói thế nào?
　……「ありがとう」です。　　　　　　　…Tiếng Nhật nói là "Arigato".

3. ┃ Danh từ₁ (người) に Danh từ₂ を あげます , v.v. ┃

Những động từ như あげます, かします, おしえます biểu thị ý nghĩa cung cấp đồ vật, thông tin, và cần thiết có người làm đối tượng (để cho, cho mượn, dạy). Chúng ta đặt trợ từ に sau danh từ chỉ đối tượng này.

⑤ ［わたしは］木村さんに 花を あげました。
　Tôi tặng hoa cho chị Kimura.
⑥ ［わたしは］イーさんに 本を 貸しました。
　Tôi cho chị Lee mượn sách.
⑦ ［わたしは］山田さんに 英語を 教えます。
　Tôi dạy tiếng Anh cho ông Yamada.

4. ┃ Danh từ₁ (người) に Danh từ₂ を もらいます, v.v. ┃

Những động từ như もらいます, かります, ならいます biểu thị ý nghĩa nhận đồ vật, thông tin, và cần thiết có người làm đối tượng. Chúng ta thêm に vào sau đối tượng đó.

⑧ ［わたしは］山田さんに 花を もらいました。
　Tôi đã nhận hoa từ ông Yamada.
⑨ ［わたしは］カリナさんに CDを 借りました。
　Tôi đã mượn đĩa CD từ chị Karina.
⑩ ［わたしは］ワンさんに 中国語を 習います。
　Tôi học tiếng Trung từ ông Wang.

[Chú ý] Trong mẫu câu này, chúng ta có thể dùng trợ từ から thay cho に. Đặc biệt là khi đối tượng không phải là người mà là một tổ chức nào đó như công ty hoặc trường học, v.v. thì không dùng に mà dùng から.

⑪　[わたしは]　山田さんから　花を　もらいました。
　　Tôi đã nhận hoa từ ông Yamada.

⑫　銀行から　お金を　借りました。　　　　Tôi đã vay tiền từ ngân hàng.

5. もう **Động từ** ました

　　もう có nghĩa là "đã/rồi", và được dùng với động từ ở thời quá khứ "Động từ ました". Trong trường hợp này thì "Động từ ました" mang ý nghĩa biểu thị một hành động nào đó đã kết thúc ở thời điểm hiện tại.

　　Đối với câu hỏi "もう Động từ ましたか" để hỏi một hành động nào đó kết thúc hay chưa thì câu trả lời trong trường hợp đã kết thúc (khẳng định) là "はい、もう Động từ ました", và trong trường hợp chưa kết thúc (phủ định) là "いいえ、Động từ て いません" (xem Bài 31) hoặc là いいえ、まだです. Mẫu câu "いいえ、Động từ ませんでした" biểu thị ý nghĩa đã không làm một việc gì trong quá khứ nên không thể sử dụng.

⑬　もう　荷物を　送りましたか。　　　　Anh/Chị đã gửi đồ chưa?
　　……はい、[もう]　送りました。　　　…Rồi, tôi đã gửi rồi.
　　……いいえ、まだ　送って　いません。　…Chưa, tôi chưa gửi. (xem Bài 31)
　　……いいえ、まだです。　　　　　　　…Chưa, tôi chưa gửi.

6. Tỉnh lược trợ từ

　　Trong câu hội thoại, nếu đã hiểu ý nghĩa thông qua quan hệ giữa câu trước và câu sau thì trợ từ hay được tỉnh lược.

⑭　この　スプーン[は]、すてきですね。　　Cái thìa này đẹp nhỉ!
⑮　コーヒー[を]、もう　一杯　いかがですか。
　　Anh/chị dùng thêm một cốc cà phê nhé! (xem Bài 8)

Bài 8

I. Từ vựng

ハンサム[な]		đẹp trai
きれい[な]		đẹp, sạch
しずか[な]	静か[な]	yên tĩnh
にぎやか[な]		náo nhiệt
ゆうめい[な]	有名[な]	nổi tiếng
しんせつ[な]	親切[な]	tốt bụng, thân thiện (không dùng khi nói về người trong gia đình mình)
げんき[な]	元気[な]	khỏe, khỏe khoắn
ひま[な]	暇[な]	rảnh rỗi
べんり[な]	便利[な]	tiện lợi
すてき[な]		đẹp, hay
おおきい	大きい	to, lớn
ちいさい*	小さい	nhỏ, bé
あたらしい	新しい	mới
ふるい	古い	cũ (không dùng khi nói về tuổi tác của một người)
いい(よい)		tốt
わるい*	悪い	xấu
あつい	暑い、熱い	nóng
さむい	寒い	lạnh, rét (dùng cho thời tiết)
つめたい	冷たい	lạnh, buốt (dùng cho cảm giác)
むずかしい	難しい	khó
やさしい	易しい	dễ
たかい	高い	đắt, cao
やすい	安い	rẻ
ひくい*	低い	thấp
おもしろい		thú vị, hay
おいしい		ngon
いそがしい	忙しい	bận
たのしい	楽しい	vui
しろい	白い	trắng
くろい	黒い	đen
あかい	赤い	đỏ
あおい	青い	xanh da trời
さくら	桜	anh đào (hoa, cây)
やま	山	núi
まち	町	thị trấn, thị xã, thành phố
たべもの	食べ物	đồ ăn

ところ	所	nơi, chỗ
りょう	寮	kí túc xá
レストラン		nhà hàng
せいかつ	生活	cuộc sống, sinh hoạt
[お]しごと	[お]仕事	việc, công việc (～を します: làm việc)
どう		thế nào
どんな～		～ như thế nào
とても		rất, lắm
あまり		không ～ lắm (dùng với thể phủ định)
そして		và, thêm nữa (dùng để nối hai câu)
～が、～		～, nhưng ～

〈練習C〉

お元気ですか。	Anh/Chị có khỏe không?
そうですね。	Thế à./Để tôi xem. (cách nói trong lúc suy nghĩ câu trả lời)

〈会話〉

[～、]もう 一杯 いかがですか。	Anh/Chị dùng thêm một chén/lý[～] nữa nhé?
[いいえ、]けっこうです。	Không, đủ rồi ạ.
もう ～です[ね]。	Đã ～ rồi nhỉ./Đã ～ rồi, đúng không?
そろそろ 失礼します。	Sắp đến lúc tôi phải xin phép rồi./Đã đến lúc tôi phải về.
いいえ。	Không có gì./Không sao cả.
また いらっしゃって ください。	Lần sau anh/chị lại đến chơi nhé.

シャンハイ	Thượng Hải（上海）
金閣寺	Chùa Kinkaku-ji (Chùa Vàng)
奈良公園	Công viên Nara
富士山	Núi Phú Sĩ (ngọn núi cao nhất Nhật Bản)
「七人の 侍」	"7 chàng võ sĩ Samurai" (tên một bộ phim kinh điển của đạo diễn Kurosawa Akira)

II. Phần dịch

Mẫu câu

1. Hoa anh đào đẹp.
2. Núi Phú Sĩ cao.
3. Hoa anh đào là loài hoa đẹp.
4. Núi Phú Sĩ là núi cao.

Ví dụ

1. Osaka có sầm uất không?
   ···Có, sầm uất lắm.
2. Trường đại học Sakura có nổi tiếng không?
   ···Không, không nổi tiếng.
3. Bắc Kinh bây giờ có lạnh không?
   ···Có, rất lạnh.
   Thượng Hải cũng lạnh phải không?
   ···Không, không lạnh lắm.
4. Ký túc xá của trường đại học thế nào?
   ···Cũ nhưng mà tiện lợi.
5. Hôm qua tôi đã đến nhà anh Matsumoto.
   ···Nhà anh ấy thế nào?
   Nhà đẹp. Và lớn nữa.
6. Hôm qua tôi đã xem một cuốn phim hay.
   ···Anh/Chị đã xem phim gì?
   Phim "7 chàng võ sĩ Samurai".

Hội thoại

Đã đến lúc tôi phải về

Yamada Ichiro:	Chị Maria này, cuộc sống của chị ở Nhật thế nào?
Maria Santos:	Hàng ngày tôi thấy rất vui.
Yamada Ichiro:	Thế à. Thế anh Santos, công việc của anh thế nào?
Jose Santos:	Vâng, bận rộn nhưng thú vị.
Yamada Tomoko:	Chị dùng thêm một ly cà-phê nữa nhé?
Maria Santos:	Không, tôi đủ rồi ạ.
Jose Santos:	Ồ, đã 6 giờ rồi nhỉ. Đã đến lúc tôi phải về.
Yamada Ichiro:	Thế à.
Maria Santos:	Hôm nay rất cám ơn anh chị.
Yamada Tomoko:	Không có gì đâu. Anh chị lại đến chơi nữa nhé.

III. Từ và thông tin tham khảo

色・味　　MÀU & VỊ
いろ あじ

色 Màu
いろ

	danh từ	tính từ	danh từ	tính từ
白 (しろ)	trắng	白い (しろい)	黄色 (きいろ)	vàng	黄色い (きいろい)
黒 (くろ)	đen	黒い (くろい)	茶色 (ちゃいろ)	nâu	茶色い (ちゃいろい)
赤 (あか)	đỏ	赤い (あかい)	ピンク	hồng	—
青 (あお)	xanh da trời	青い (あおい)	オレンジ	da cam	—
緑 (みどり)	xanh lá cây	—	グレー	xám	—
紫 (むらさき)	tím	—	ベージュ	(màu) be	—

味 Vị
あじ

甘い ngọt　　辛い cay　　苦い đắng　　塩辛い mặn

酸っぱい chua　　濃い đậm　　薄い nhạt

春・夏・秋・冬 xuân・hạ・thu・đông
はる なつ あき ふゆ

Ở Nhật Bản có bốn mùa là mùa xuân (tháng 3, 4, 5), mùa hè (tháng 6, 7, 8), mùa thu (tháng 9, 10, 11) và mùa đông (tháng 12, 1, 2). Nhiệt độ trung bình tuy có khác nhau tùy theo địa điểm, nhưng sự biến đổi của nhiệt độ thì tương đối giống nhau, nóng nhất là tháng 8, và lạnh nhất là tháng 1, 2. Dựa theo sự thay đổi nhiệt độ này mà người ta cảm nhận "mùa hè nóng", "mùa thu mát", "mùa đông lạnh" và "mùa xuân ấm".

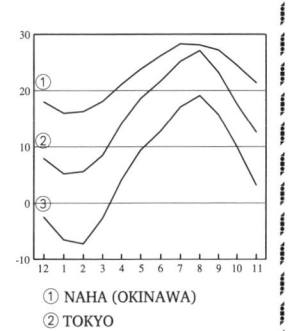

① NAHA (OKINAWA)
② TOKYO
③ ABASHIRI (HOKKAIDO)

IV. Giải thích ngữ pháp

1. Tính từ

Tính từ làm vị ngữ, và trong mẫu câu "Danh từ は Tính từ です" thì tính từ được dùng để diễn đạt trạng thái của danh từ, hay dùng làm từ bổ nghĩa cho danh từ. Trong tiếng Nhật có hai loại tính từ là tính từ đuôi い và tính từ đuôi な, và chúng có cách biến đổi khác nhau.

2.
> Danh từ は Tính từ đuôi な[な] です
> Danh từ は Tính từ đuôi い(〜い) です

Câu tính từ ở thể khẳng định phi quá khứ sẽ kết thúc bởi です. です thể hiện thái độ lịch sự đối với người nghe. Khi kết hợp với です thì tính từ đuôi な sẽ bỏ な, còn tính từ đuôi い thì để nguyên (〜い).

① ワット先生は 親切です。　　　　　Thầy Watt tốt bụng.
② 富士山は 高いです。　　　　　　　Núi Phú Sĩ cao.

1) Tính từ đuôi な[な] じゃ(では) ありません

Thể phủ định phi quá khứ của tính từ đuôi な được tạo thành bằng cách thêm じゃ(では) ありません vào sau phần đã bỏ đi な của tính từ đuôi な.

③ あそこは 静かじゃ(では) ありません。　Chỗ kia không yên tĩnh.

2) Tính từ đuôi い(〜い) です → 〜くないです

Thể phủ định phi quá khứ của tính từ đuôi い được tạo thành bằng cách bỏ đuôi い và thay bằng くないです.

④ この 本は おもしろくないです。　　Quyển sách này không hay.

[Chú ý] Thể phủ định của いいです là よくないです.

3) Tổng hợp cách biến đổi của tính từ

	tính từ đuôi な	tính từ đuôi い
thể khẳng định phi quá khứ	しんせつです	たかいです
thể phủ định phi quá khứ	しんせつじゃ(では) ありません	たかくないです

4) Cách tạo thể nghi vấn của câu tính từ cũng tương tự như câu danh từ (xem Bài 1) và câu động từ (xem Bài 4). Khi trả lời thì lặp lại tính từ dùng trong câu nghi vấn, không dùng そうです và ちがいます để trả lời.

⑤ ペキンは 寒いですか。　　　　　　　Bắc Kinh có lạnh không?
　……はい、寒いです。　　　　　　　　…Có, lạnh.
⑥ 奈良公園は にぎやかですか。　　　Công viên Nara có náo nhiệt không?
　……いいえ、にぎやかじゃ ありません。　…Không, không náo nhiệt.

3.
> Tính từ đuôi な[な] Danh từ
> Tính từ đuôi い(〜い) Danh từ

Khi bổ nghĩa cho danh từ thì tính từ được đặt trước danh từ. Đối với tính từ đuôi な thì để ở dạng có な trước danh từ.

⑦ ワット先生は 親切な 先生です。　　Thầy Watt là thầy giáo tốt bụng.
⑧ 富士山は 高い 山です。　　Núi Phú Sĩ là núi cao.

4. ~が、~

が nối hai mệnh đề trước sau ngược nghĩa nhau. Trong câu tính từ có chung chủ ngữ, nếu ở mệnh đề trước thể hiện ý đánh giá tích cực của người nói thì ở mệnh đề sau sẽ thể hiện ý đánh giá không tích cực và ngược lại.

⑨ 日本の 食べ物は おいしいですが、高いです。
　　Món ăn Nhật ngon nhưng mà đắt.

5. とても／あまり

とても và あまり đều là những phó từ biểu thị mức độ, và khi làm chức năng bổ nghĩa cho tính từ thì chúng được đặt trước tính từ. とても có nghĩa là "rất", được dùng trong câu khẳng định. あまり được dùng trong câu phủ định và có nghĩa là "không ~ lắm".

⑩ ペキンは とても 寒いです。　　Bắc Kinh rất lạnh.
⑪ これは とても 有名な 映画です。　　Đây là bộ phim rất nổi tiếng.
⑫ シャンハイは あまり 寒くないです。　　Thượng Hải không lạnh lắm.
⑬ さくら大学は あまり 有名な 大学じゃ ありません。
　　Trường Đại học Sakura không phải là trường nổi tiếng lắm.

6. Danh từ は どうですか

Mẫu câu này dùng để hỏi về ấn tượng, ý kiến hoặc cảm tưởng của người nghe về một việc gì đã làm, về một địa điểm đã đến thăm hay về một người đã gặp.

⑭ 日本の 生活は どうですか。　　Cuộc sống của anh/chị ở Nhật thế nào?
　……楽しいです。　　…Vui ạ.

7. Danh từ₁ は どんな Danh từ₂ ですか

どんな là nghi vấn từ dùng để hỏi về tính chất, trạng thái của người hoặc vật thể, và nó được dùng với hình thức bổ ngữ cho danh từ.

⑮ 奈良は どんな 町ですか。　　Nara là thành phố như thế nào?
　……古い 町です。　　…Là thành phố cổ kính.

8. そうですね

Ở Bài 5 chúng ta đã học そうですね biểu thị sự đồng ý, đồng cảm. Ở phần Hội thoại của bài này, như ví dụ ⑯, そうですね xuất hiện với nét nghĩa biểu thị người nói đang ngập ngừng suy nghĩ câu trả lời khi được hỏi.

⑯ お仕事は どうですか。　　Công việc của anh/chị thế nào?
　……そうですね。忙しいですが、おもしろいです。
　　…À, vâng. Bận rộn nhưng mà thú vị.

Bài 9

I. Từ vựng

わかります		hiểu, nắm được
あります		có (sở hữu)
すき[な]	好き[な]	thích
きらい[な]	嫌い[な]	ghét, không thích
じょうず[な]	上手[な]	giỏi, khéo
へた[な]	下手[な]	kém
のみもの	飲み物	đồ uống
りょうり	料理	món ăn, việc nấu ăn (〜を します : nấu ăn)
スポーツ		thể thao (〜を します : chơi thể thao)
やきゅう	野球	bóng chày (〜を します : chơi bóng chày)
ダンス		nhảy, khiêu vũ (〜を します : nhảy, khiêu vũ)
りょこう	旅行	du lịch, chuyến du lịch (〜[を] します : đi du lịch)
おんがく	音楽	âm nhạc
うた	歌	bài hát
クラシック		nhạc cổ điển
ジャズ		nhạc jazz
コンサート		buổi hòa nhạc
カラオケ		karaoke
かぶき	歌舞伎	Kabuki (một thể loại ca kịch truyền thống của Nhật)
え	絵	tranh, hội họa
じ*	字	chữ
かんじ	漢字	chữ Hán
ひらがな		chữ Hiragana
かたかな		chữ Katakana
ローマじ*	ローマ字	chữ La Mã
こまかい おかね	細かい お金	tiền lẻ
チケット		vé
じかん	時間	thời gian
ようじ	用事	việc bận, công chuyện
やくそく	約束	cuộc hẹn, lời hứa (〜[を] します : hứa, hẹn)

アルバイト		việc làm thêm (〜を します : làm thêm)
ごしゅじん	ご主人	chồng (dùng khi nói về chồng người khác)
おっと／しゅじん	夫／主人	chồng (dùng khi nói về chồng mình)
おくさん	奥さん	vợ (dùng khi nói về vợ người khác)
つま／かない	妻／家内	vợ (dùng khi nói về vợ mình)
こども	子ども	con cái
よく		tốt, rõ (chỉ mức độ)
だいたい		đại khái, đại thể
たくさん		nhiều
すこし	少し	ít, một ít
ぜんぜん	全然	hoàn toàn 〜 không (dùng với thể phủ định)
はやく	早く、速く	sớm, nhanh
〜から		vì 〜
どうして		tại sao

〈練習C〉

貸して ください。 — Hãy cho tôi mượn (nó).

いいですよ。 — Được chứ./Được ạ.

残念ですが — Tôi xin lỗi, [nhưng...]/Đáng tiếc là...

〈会話〉

ああ — Ah/Ôi

いっしょに いかがですか。 — Anh/Chị cùng 〜 với tôi (chúng tôi) không?

[〜は] ちょっと……。 — [〜 thì] có lẽ không được rồi. (cách từ chối khéo khi nhận được một lời mời nào đó)

だめですか。 — Không được à?

また 今度 お願いします。 — Hẹn anh/chị lần sau vậy. (cách từ chối khéo một lời mời mà không muốn làm phật lòng người đưa ra lời mời)

II. Phần dịch

Mẫu câu

1. Tôi thích món ăn Ý.
2. Tôi hiểu một chút tiếng Nhật.
3. Hôm nay là sinh nhật con tôi nên tôi sẽ về sớm.

Ví dụ

1. Anh/Chị có thích rượu không?
   ···Không, tôi không thích.
2. Anh/Chị thích môn thể thao nào?
   ···Tôi thích môn bóng đá.
3. Chị Karina vẽ tranh có giỏi không?
   ···Vâng, chị ấy vẽ rất giỏi.
4. Anh Tanaka có hiểu tiếng In-đô-nê-xi-a không?
   ···Không, tôi không hiểu chút nào cả.
5. Anh/Chị có tiền lẻ không?
   ···Không, tôi không có.
6. Hàng sáng anh/chị có đọc báo không?
   ···Không, vì không có thời gian nên tôi không đọc.
7. Tại sao hôm qua anh/chị về sớm thế?
   ···Vì tôi có việc bận.

Hội thoại

Thật đáng tiếc

Kimura: Vâng, tôi nghe đây.
Miller: Chị Kimura đấy à? Tôi là Miller đây.
Kimura: A, anh Miller. Chào anh. Anh có khỏe không?
Miller: Vâng, tôi khỏe. À, chị Kimura này, chị có đi xem buổi hòa nhạc cổ điển với tôi không?
Kimura: Hay quá nhỉ. Bao giờ ạ?
Miller: Tối thứ sáu tuần sau.
Kimura: Thứ sáu à.
   Tối thứ sáu thì có lẽ không được rồi....
Miller: Không được hả chị?
Kimura: Vâng, thật đáng tiếc nhưng vì tôi có cái hẹn với người bạn mất rồi.
Miller: Thế à.
Kimura: Vâng. Hẹn chị dịp khác.

III. Từ và thông tin tham khảo

音楽・スポーツ・映画　ÂM NHẠC, THỂ THAO & ĐIỆN ẢNH

音楽 Âm nhạc

ポップス	nhạc pop
ロック	nhạc rốc
ジャズ	nhạc jazz
ラテン	nhạc châu Mỹ Latin
クラシック	nhạc cổ điển
民謡	dân ca
演歌	enka (một thể loại ba-lát của Nhật)
ミュージカル	Ca kịch
オペラ	Ô-pê-ra

映画 Điện ảnh

SF	phim khoa học viễn tưởng (SF: science fiction)
ホラー	phim kinh dị
アニメ	phim hoạt hình
ドキュメンタリー	phim tài liệu
恋愛	phim tình yêu
ミステリー	phim ly kỳ, bí ẩn
文芸	phim văn nghệ
戦争	phim chiến tranh
アクション	phim hành động
喜劇	phim hài

スポーツ Thể thao

ソフトボール	soft-ball (một môn thể thao tựa như bóng chày)	野球	bóng chày
サッカー	bóng đá	卓球／ピンポン	bóng bàn
ラグビー	bóng bầu dục	相撲	vật Sumo
バレーボール	bóng chuyền	柔道	võ Judo
バスケットボール	bóng rổ	剣道	đấu kiếm
テニス	quần vợt	水泳	bơi lội
ボウリング	bowling		
スキー	trượt tuyết		
スケート	trượt băng		

IV. Giải thích ngữ pháp

1. Danh từ が あります／わかります
   Danh từ が 好きです／嫌いです／上手です／下手です

   Có một bộ phận động từ và tính từ biểu thị tân ngữ bằng trợ từ が.

   ① わたしは イタリア料理が 好きです。　　Tôi thích món ăn Ý.
   ② わたしは 日本語が わかります。　　　　Tôi hiểu tiếng Nhật.
   ③ わたしは 車が あります。　　　　　　　Tôi có xe ô-tô.

2. どんな Danh từ

   Ở trong câu nghi vấn sử dụng どんな thì ngoài cách trả lời như đã học ở Bài 8, chúng ta còn có thể trả lời bằng cách nêu lên một tên gọi cụ thể.

   ④ どんな スポーツが 好きですか。　　　Anh/Chị thích môn thể thao nào?
   　……サッカーが 好きです。　　　　　　…Tôi thích môn bóng đá.

3. よく／だいたい／たくさん／少し／あまり／全然

   Những phó từ này được đặt ở trước động từ để bổ nghĩa cho động từ.

	Phó từ chỉ mức độ	Phó từ chỉ số lượng
Sử dụng cùng thể khẳng định	よく　　わかります だいたい　わかります すこし　わかります	たくさん あります すこし　　あります
Sử dụng cùng thể phủ định	あまり　わかりません ぜんぜん わかりません	あまり　　ありません ぜんぜん ありません

   ⑤ 英語が よく わかります。　　　　　　Tôi hiểu tiếng Anh tốt.
   ⑥ 英語が 少し わかります。　　　　　　Tôi hiểu tiếng Anh một chút.
   ⑦ 英語が あまり わかりません。　　　　Tôi không hiểu tiếng Anh lắm.
   ⑧ お金が たくさん あります。　　　　　Tôi có nhiều tiền.
   ⑨ お金が 全然 ありません。　　　　　　Tôi không có đồng nào cả.

   [Chú ý] すこし, ぜんぜん, あまり còn có thể được dùng để bổ nghĩa cho tính từ.

   ⑩ ここは 少し 寒いです。　　　　　　　Ở đây hơi lạnh.
   ⑪ あの 映画は 全然 おもしろくないです。　Bộ phim đó không hay chút nào.

4. ~から、~

Mệnh đề trình bày ở trước から là lí do cho mệnh đề ở sau から.

⑫ 時間が ありませんから、新聞を 読みません。
　　Vì không có thời gian nên tôi không đọc báo.

Cũng có thể nói lí do bằng cách dùng mẫu ~から.

⑬ 毎朝 新聞を 読みますか。
　……いいえ、読みません。時間が ありませんから。
　　Anh/Chị có đọc báo hàng sáng không?
　　…Không, tôi không đọc. Vì tôi không có thời gian.

5. どうして

どうして là nghi vấn từ được dùng để hỏi lý do. Ở cuối câu trả lời chúng ta thêm から.

⑭ どうして 朝 新聞を 読みませんか。
　……時間が ありませんから。
　　Tại sao anh/chị không đọc báo vào buổi sáng?
　　…Vì tôi không có thời gian.

Khi muốn hỏi lý do về điều mà đối phương đã nói trước đó, thì thay vì phải nhắc lại câu nói đó, chúng ta có thể dùng どうしてですか.

⑮ きょうは 早く 帰ります。　　　　Hôm nay tôi sẽ về sớm.
　……どうしてですか。　　　　　　…Tại sao?
　子どもの 誕生日ですから。　　　Vì hôm nay là sinh nhật con tôi.

Bài 10

I. Từ vựng

あります		ở (tồn tại, dùng cho đồ vật)
います		ở (tồn tại, dùng cho người và động vật)
いろいろ[な]		nhiều, đa dạng
おとこの ひと	男の 人	người đàn ông
おんなの ひと	女の 人	người đàn bà
おとこの こ	男の 子	cậu con trai
おんなの こ	女の 子	cô con gái
いぬ	犬	chó
ねこ	猫	mèo
パンダ		gấu trúc
ぞう	象	voi
き	木	cây, gỗ
もの	物	vật, đồ vật
でんち	電池	pin
はこ	箱	hộp
スイッチ		công tắc
れいぞうこ	冷蔵庫	tủ lạnh
テーブル		bàn
ベッド		giường
たな	棚	giá sách, kệ sách
ドア		cửa
まど	窓	cửa sổ
ポスト		hộp thư, hòm thư
ビル		tòa nhà
ATM		máy rút tiền tự động, ATM
コンビニ		cửa hàng tiện lợi (mở 24/24)
こうえん	公園	công viên
きっさてん	喫茶店	quán giải khát, quán cà-phê
～や	～屋	hiệu ～, cửa hàng ～
のりば	乗り場	điểm đón tắc-xi, tàu, v.v.
けん	県	tỉnh

うえ	上	trên
した	下	dưới
まえ	前	trước
うしろ		sau
みぎ	右	(bên) phải
ひだり	左	(bên) trái
なか	中	trong, giữa
そと*	外	ngoài
となり	隣	bên cạnh
ちかく	近く	gần
あいだ	間	giữa, ở giữa
~や ~[など]		~ và ~, [v.v.]

〈会話〉

[どうも]すみません。	Cám ơn.
ナンプラー	nampla, nước mắm
コーナー	góc, khu vực
いちばん 下	ở dưới cùng

東京ディズニーランド	Công viên Tokyo Disneyland
アジアストア	tên siêu thị giả định

II. Phần dịch

Mẫu câu

1. Ở đằng kia có cửa hàng tiện lợi.
2. Chị Sato (có) ở đại sảnh.
3. Công viên Tokyo Disneyland ở tỉnh Chiba.
4. Gia đình tôi ở New York.

Ví dụ

1. Trong tòa nhà này có máy rút tiền tự động không?
   ⋯Vâng, có ở tầng 2.
2. Ở đằng kia có một người đàn ông, đúng không? Ông ấy là ai?
   ⋯Là ông Matsumoto, nhân viên của công ty IMC.
3. Ở trong vườn có ai?
   ⋯Không có ai cả. Chỉ có con mèo.
4. Ở trong hộp có cái gì?
   ⋯Có những thứ như thư và ảnh cũ.
5. Bưu điện ở đâu?
   ⋯Ở gần ga, trước ngân hàng.
6. Anh Miller ở đâu?
   ⋯Ở phòng họp.

Hội thoại

Có nampla không ạ?

Miller:	Xin lỗi, siêu thị Asia ở đâu ạ?
Người phụ nữ:	Siêu thị Asia ấy à?
	Anh có thấy tòa nhà màu trắng ở đằng kia không?
	Siêu thị Asia ở trong đó.
Miller:	Thế ạ. Cám ơn chị.
Người phụ nữ:	Không có gì.

....

Miller:	Chị ơi, ở đây có nampla không ạ?
Nhân viên bán hàng:	Có ạ.
	Ở đằng kia có góc bán đồ ăn Thái Lan.
	Nampla ở kệ dưới cùng.
Miller:	Tôi biết rồi. Cám ơn chị.

III. Từ và thông tin tham khảo

うちの中(なか)　TRONG NHÀ

① 玄関(げんかん)　cửa ra vào
② トイレ　toa-lét, phòng vệ sinh
③ ふろ場(ば)　phòng tắm
④ 洗面所(せんめんじょ)　bồn rửa
⑤ 台所(だいどころ)　bếp
⑥ 食堂(しょくどう)　nhà ăn, phòng ăn
⑦ 居間(いま)　phòng khách, phòng sinh hoạt chung
⑧ 寝室(しんしつ)　phòng ngủ
⑨ 廊下(ろうか)　hành lang
⑩ ベランダ　ban-công

Cách sử dụng phòng tắm ở Nhật

① Tắm sạch người trước khi vào bồn.

② Không dùng xà phòng hoặc khăn tắm trong bồn. Bồn tắm dùng để ngâm mình và thư giãn.

③ Khi ngâm xong thì không xả nước đi, mà đậy nắp bồn lại để cho người sau còn dùng.

Cách dùng toa-lét

kiểu Nhật

kiểu Tây Âu

IV. Giải thích ngữ pháp

1. ┌─────────────────────────────┐
     │ Danh từ が あります／います │
     └─────────────────────────────┘

あります, います biểu thị sự tồn tại của đồ vật hoặc người. Vì mẫu câu này là mẫu câu truyền đạt đến người nghe y nguyên sự tồn tại của đồ vật hoặc người, cho nên khi nói chúng ta thêm trợ từ が vào sau danh từ chỉ (sự vật, người) tồn tại đó.

1) あります được dùng cho đối tượng tồn tại không tự chuyển động được như đồ vật, thực vật, v.v..

① コンピューターが あります。 　　　Có máy tính.
② 桜が あります。 　　　　　　　　　Có cây anh đào.
③ 公園が あります。 　　　　　　　　Có công viên.

2) います được dùng cho đối tượng có thể tự chuyển động được như người, động vật.

④ 男の 人が います。 　　　　　　　Có người đàn ông.
⑤ 犬が います。 　　　　　　　　　 Có con chó.

2. ┌──┐
     │ Địa điểm に Danh từ が あります／います │
     └──┘

Dùng mẫu câu này để diễn đạt ở một địa điểm nào đó có tồn tại cái gì đó hoặc ai đó.

1) Địa điểm nơi mà đồ vật hay người có mặt (tồn tại) được biểu thị bằng trợ từ に.

⑥ わたしの 部屋に 机が あります。 　　Ở phòng của tôi có cái bàn.
⑦ 事務所に ミラーさんが います。 　　Ở văn phòng có anh Miller.

2) Trường hợp muốn hỏi về sự tồn tại đồ vật thì ta dùng なに, hỏi về sự tồn tại của người thì ta dùng だれ.

⑧ 地下に 何が ありますか。 　　　　　Ở dưới tầng hầm có cái gì?
　……レストランが あります。 　　　　…Có nhà hàng.
⑨ 受付に だれが いますか。 　　　　　Ở quầy tiếp tân có ai?
　……木村さんが います。 　　　　　 …Có chị Kimura.

[Chú ý] Lưu ý rằng không chỉ giới hạn ở các ví dụ trên mà ở sau tất cả nghi vấn từ thì trợ từ được dùng luôn là が. (× なには　× だれは)

3. ┌──┐
     │ Danh từ は Địa điểm に あります／います │
     └──┘

Mẫu câu này dùng để đưa Danh từ (vật thể/người tồn tại) ở trong mẫu "Địa điểm に Danh từ が あります／います" của mục 2. ở trên ra thành chủ đề và diễn đạt sự tồn tại đó.

Chúng ta thêm trợ từ は ở sau danh từ và đưa nó ra đầu câu. Trong trường hợp này, danh từ này phải là thứ chỉ đối tượng được cả người nghe và người nói biết đến.

⑩ 東京ディズニーランドは 千葉県に あります。
　Công viên Tokyo Disneyland ở tỉnh Chiba.
⑪ ミラーさんは 事務所に います。 　　Anh Miller ở văn phòng.
⑫ 東京ディズニーランドは どこに ありますか。
　Công viên Tokyo Disneyland ở đâu?

……千葉県に あります。　　　　　…Ở tỉnh Chiba.

⑬　ミラーさんは どこに いますか。　　Anh Miller ở đâu?
　　……事務所に います。　　　　　　　…Ở văn phòng.

[Chú ý] Chúng ta có thể dùng mẫu "Danh từ は Địa điểm です" (xem Bài 3) để nói thay mẫu này. Khi đó, chúng ta cần chú ý rằng trợ từ に sẽ không có sau nghi vấn từ (どこ) biểu thị địa điểm đứng trước です và sau danh từ (ちばけん).

⑭　東京ディズニーランドは どこですか。　Công viên Tokyo Disneyland ở đâu?
　　……千葉県です。　　　　　　　　　　…Ở tỉnh Chiba.

4. Danh từ₁ (vật/người/địa điểm) の Danh từ₂ (vị trí)

Các từ うえ, した, まえ, うしろ, みぎ, ひだり, なか, そと, となり, ちかく, あいだ biểu thị quan hệ vị trí giữa Danh từ₂ chỉ phương hướng, vị trí với Danh từ₁.

⑮　机の 上に 写真が あります。　　　Ở trên bàn có bức ảnh.
⑯　郵便局は 銀行の 隣に あります。　　Bưu điện ở bên cạnh ngân hàng.
⑰　本屋は 花屋と スーパーの 間に あります。
　　Hiệu sách ở giữa cửa hàng hoa và siêu thị.

[Chú ý] Chúng ta có thể thêm trợ từ で sau những từ này để biểu thị nơi chốn diễn ra hành động giống như các danh từ chỉ địa điểm.

⑱　駅の 近くで 友達に 会いました。　Tôi gặp một người bạn ở gần ga.

5. Danh từ₁ や Danh từ₂

Nếu trợ từ と như chúng ta đã học ở Bài 4 được dùng để liệt kê tất cả các danh từ (đối tượng) có mặt, thì trợ từ や được dùng để liệt kê một số đối tượng tiêu biểu (từ 2 trở lên) mà thôi. Ở sau danh từ được nêu cuối cùng chúng ta có thể thêm など để biểu thị rằng còn có những đối tượng khác ngoài các đối tượng được nêu.

⑲　箱の 中に 手紙や 写真が あります。　Trong hộp có thư và ảnh.
⑳　箱の 中に 手紙や 写真などが あります。
　　Trong hộp có những thứ như thư, ảnh.

6. アジアストアですか

Ở phần đầu trong hội thoại của bài này có đoạn hội thoại như sau:

㉑　すみません。アジアストアは どこですか。
　　……アジアストアですか。(中略) あの ビルの 中です。
　　Xin lỗi, siêu thị Ajia ở đâu?
　　…Siêu thị Ajia ấy à? (Lược) Ở trong tòa nhà kia.

Giống như ở ví dụ này, trong hội thoại thực tế người ta thường xác nhận lại nội dung đối phương hỏi rồi mới trả lời chứ không trả lời ngay.

Bài 11

I. Từ vựng

います		có [con]
[こどもが～]	[子どもが～]	
います		ở [Nhật]
[にほんに～]	[日本に～]	
かかります		mất, tốn (thời gian, tiền bạc)
やすみます	休みます	nghỉ [làm việc]
[かいしゃを～]	[会社を～]	
ひとつ	1つ	một cái (dùng để đếm đồ vật)
ふたつ	2つ	hai cái
みっつ	3つ	ba cái
よっつ	4つ	bốn cái
いつつ	5つ	năm cái
むっつ	6つ	sáu cái
ななつ	7つ	bảy cái
やっつ	8つ	tám cái
ここのつ	9つ	chín cái
とお	10	mười cái
いくつ		mấy cái, bao nhiêu cái
ひとり	1人	một người
ふたり	2人	hai người
－にん	－人	－ người
－だい	－台	－ cái, chiếc (dùng để đếm máy móc, xe cộ, v.v.)
－まい	－枚	－ tờ, tấm (dùng để đếm những vật mỏng như tờ giấy, con tem, v.v.)
－かい	－回	－ lần
りんご		táo
みかん		quýt
サンドイッチ		bánh san-uých
カレー[ライス]		món [cơm] cà-ri
アイスクリーム		kem
きって	切手	tem
はがき		bưu thiếp
ふうとう	封筒	phong bì
りょうしん	両親	bố mẹ
きょうだい	兄弟	anh chị em
あに	兄	anh trai (mình)

おにいさん*	お兄さん	anh trai (của người khác)
あね	姉	chị gái (mình)
おねえさん*	お姉さん	chị gái (của người khác)
おとうと	弟	em trai (mình)
おとうとさん*	弟さん	em trai (của người khác)
いもうと	妹	em gái (mình)
いもうとさん*	妹さん	em gái (của người khác)
がいこく	外国	nước ngoài
りゅうがくせい	留学生	lưu học sinh, sinh viên người nước ngoài
クラス		lớp học
－じかん	－時間	－ tiếng
－しゅうかん	－週間	－ tuần
－かげつ	－か月	－ tháng
－ねん	－年	－ năm
～ぐらい		khoảng ～
どのくらい		bao lâu
ぜんぶで	全部で	tổng cộng
みんな		tất cả
～だけ		chỉ ～

〈練習 C〉

かしこまりました。	Tôi đã rõ rồi ạ (thưa ông/bà).

〈会話〉

いい [お]天気ですね。	Trời đẹp nhỉ.
お出かけですか。	Anh/Chị đi ra ngoài đấy à?
ちょっと ～まで。	Tôi đi ～ một chút.
行ってらっしゃい。	Anh/Chị đi nhé. (nguyên nghĩa: Anh/Chị đi rồi lại về nhé.)
行って きます。	Tôi đi đây. (nguyên nghĩa: Tôi đi rồi sẽ về.)
船便	(gửi) bằng đường biển
航空便 (エアメール)	(gửi) bằng đường hàng không
お願いします。	Nhờ anh/chị.

オーストラリア	Úc

II. Phần dịch

Mẫu câu

1. Ở phòng họp có 7 cái bàn.
2. Tôi ở Nhật 1 năm.

Ví dụ

1. Anh/Chị (đã) mua mấy quả táo?
   ⋯Tôi mua 4 quả.
2. Cho tôi 5 cái tem 80 yen và 2 tấm bưu thiếp.
   ⋯Vâng. Tổng cộng là 500 yen.
3. Ở Trường Đại học Fuji có giảng viên người nước ngoài không?
   ⋯Có, có 3 người. Tất cả đều là người Mỹ.
4. Anh/Chị có mấy người anh em?
   ⋯Có 4 người. Tôi có 2 chị gái và 1 anh trai.
5. Một tuần anh/chị chơi quần vợt mấy lần?
   ⋯Tôi chơi khoảng 2 lần.
6. Anh Tanaka, anh đã học tiếng Tây Ban Nha được bao lâu rồi?
   ⋯Tôi đã học được 3 tháng.
   Chỉ 3 tháng thôi sao? Anh nói giỏi quá.
7. Từ Osaka đến Tokyo đi bằng tàu Shinkansen mất bao lâu?
   ⋯Mất 2 tiếng rưỡi.

Hội thoại

Cái này, cho tôi gửi bằng đường biển

Người quản lý:	Hôm nay trời đẹp nhỉ. Anh đi ra ngoài đấy à?
Wang:	Vâng, tôi ra bưu điện một chút.
Người quản lý:	Thế à. Anh đi nhé.
Wang:	Vâng ạ (tôi đi đây).

....

Wang:	Cái này, cho tôi gửi sang Úc.
Nhân viên bưu điện:	Vâng. Anh gửi bằng đường biển hay đường hàng không?
Wang:	Gửi bằng đường hàng không thì mất bao nhiêu tiền?
Nhân viên bưu điện:	7,600 yen.
Wang:	Thế còn đường biển?
Nhân viên bưu điện:	3,450 yen.
Wang:	Mất khoảng bao lâu?
Nhân viên bưu điện:	Đường hàng không thì mất 7 ngày, còn đường biển thì mất khoảng 2 tháng.
Wang:	Vậy thì cho tôi gửi bằng đường biển.

III. Từ và thông tin tham khảo

メニュー　　THỰC ĐƠN

定食 (ていしょく)	cơm suất		
ランチ	cơm trưa		
天どん (てん)	cơm và tôm chiên tẩm bột	カレーライス	cơm ca-ri
親子どん (おやこ)	cơm với thịt gà và trứng	ハンバーグ	thịt băm viên rán
牛どん (ぎゅう)	cơm với thịt bò	コロッケ	khoai tây bọc bột chiên
焼き肉 (やきにく)	thịt nướng	えびフライ	tôm chiên
野菜いため (やさい)	rau xào	フライドチキン	thịt gà chiên
漬物 (つけもの)	dưa muối	サラダ	sa-lát
みそ汁 (しる)	súp miso	スープ	súp
おにぎり	cơm nắm	スパゲッティ	mì Ý, spaghetti
		ピザ	bánh pi-za
てんぷら	tôm chiên tẩm bột	ハンバーガー	bánh hăm-bơ-gơ
すし	sushi	サンドイッチ	bánh san-uých
		トースト	bánh mì nướng
うどん	mì được làm từ bột lúa mạch		
そば	mì được làm từ bột kiều mạch		
ラーメン	mì Tàu		
焼きそば (やき)	mì soba xào với rau và thịt		
お好み焼き (このみやき)	okonomiyaki (món xào gồm nhiều thứ như bắp cải, trứng, thịt lợn, v.v.)		
		コーヒー	cà-phê
		紅茶 (こうちゃ)	trà đen
		ココア	ca-cao
		ジュース	nước hoa quả
		コーラ	cô-ca cô-la

11

IV. Giải thích ngữ pháp

1. Cách đếm số lượng

1) ひとつ, ふたつ, …… とお được dùng để đếm số lượng đồ vật từ 1 đến 10. Khi đếm từ 11 trở lên thì chỉ dùng chữ số.

2) Các Trợ số từ (từ chỉ đơn vị)

Khi đếm số lượng người hay vật, hoặc biểu thị số lượng của một đối tượng nào đó thì tùy vào đối tượng đếm mà các trợ số từ khác nhau sẽ được sử dụng. Trợ số từ được đặt ngay sau số từ.

- 一人（にん）　Dùng để đếm số người. Trường hợp một người thì nói là ひとり (1人), hai người là ふたり (2人), 4人 nói là よにん.
- 一台（だい）　Dùng để đếm máy móc, và những phương tiện đi lại.
- 一枚（まい）　Dùng để đếm những vật mỏng, dẹt như tờ giấy, áo sơ-mi, đĩa ăn, đĩa CD, v.v..
- 一回（かい）　Dùng để đếm số lần.
- 一分（ふん）　phút
- 一時間（じかん）　tiếng
- 一日（にち）　ngày (giống cách nói ngày tháng trừ trường hợp một ngày thì không đọc là ついたち, mà là いちにち.
- 一週間（しゅうかん）　tuần
- 一か月（げつ）　tháng
- 一年（ねん）　năm

2. Cách dùng số lượng từ

1) Số lượng từ (tổ hợp Số từ đi kèm Trợ số từ) về nguyên tắc được đặt ngay sau tổ hợp Danh từ + Trợ từ (quy định chủng loại Số lượng từ). Tuy nhiên, số lượng từ chỉ độ dài thời gian thì không hẳn như vậy.

① りんごを 4つ 買いました。　　Tôi đã mua 4 quả táo.
② 外国人の 学生が 2人 います。　Có hai sinh viên người nước ngoài.
③ 国で 2か月 日本語を 勉強しました。
　　Tôi đã học tiếng Nhật 2 tháng ở trong nước.

2) Cách hỏi số lượng

(1) いくつ

Khi hỏi số lượng của những vật đếm bằng cách đếm ở mục 1. 1) thì dùng いくつ.

④ みかんを いくつ 買いましたか。　Anh/Chị đã mua mấy quả quýt?
　……8つ 買いました。　　　　　　…Tôi đã mua 8 quả.

(2) なん + Trợ số từ

Khi hỏi số lượng của những đối tượng được đếm bằng các Trợ số từ ở mục 1. 2) thì dùng なん + Trợ số từ.

⑤ この 会社に 外国人が 何人 いますか。 Ở công ty này có mấy người nước ngoài?
……5人 います。 …Có 5 người.

⑥ 毎晩 何時間 日本語を 勉強しますか。 Mỗi tối anh/chị học tiếng Nhật mấy tiếng?
……2時間 勉強します。 …Tôi học 2 tiếng.

(3) どのくらい

Khi hỏi về (độ dài) thời gian dùng どのくらい.

⑦ どのくらい 日本語を 勉強しましたか。
……3年 勉強しました。

Anh/Chị đã học tiếng Nhật được bao lâu rồi?
…Tôi đã học được 3 năm.

⑧ 大阪から 東京まで どのくらい かかりますか。
……新幹線で 2時間半 かかります。

Từ Osaka đến Tokyo mất bao lâu?
…Mất 2 tiếng rưỡi đi bằng tàu Shinkansen.

3) ～ぐらい

ぐらい được thêm vào sau Số lượng từ để biểu thị con số đại khái.

⑨ 学校に 先生が 30人ぐらい います。 Ở trường học có khoảng 30 giáo viên.
⑩ 15分ぐらい かかります。 Mất khoảng 15 phút.

3. | Số lượng từ (chỉ thời gian) に 一回 Động từ |

Cách nói này dùng để biểu thị tần suất.

⑪ 1か月に 2回 映画を 見ます。 Một tháng tôi xem phim 2 lần.

4. | Số lượng từ だけ／ Danh từ だけ |

だけ được đặt sau số lượng từ hoặc danh từ để biểu thị ý nghĩa là "không nhiều hơn thế" hoặc "ngoài ra không có cái khác".

⑫ パワー電気に 外国人の 社員が 1人だけ います。
Công ty điện Power chỉ có một nhân viên người nước ngoài.

⑬ 休みは 日曜日だけです。 Ngày nghỉ của tôi chỉ có chủ nhật thôi.

Bài 12

I. Từ vựng

かんたん[な]	簡単[な]	đơn giản, dễ
ちかい	近い	gần
とおい*	遠い	xa
はやい	速い、早い	nhanh, sớm
おそい*	遅い	chậm, muộn
おおい [ひとが〜]	多い [人が〜]	nhiều [người]
すくない* [ひとが〜]	少ない [人が〜]	ít [người]
あたたかい	暖かい、温かい	ấm
すずしい	涼しい	mát
あまい	甘い	ngọt
からい	辛い	cay
おもい	重い	nặng
かるい*	軽い	nhẹ
いい [コーヒーが〜]		thích, chọn, dùng [cà phê]
きせつ	季節	mùa
はる	春	mùa xuân
なつ	夏	mùa hè
あき	秋	mùa thu
ふゆ	冬	mùa đông
てんき	天気	thời tiết
あめ	雨	mưa
ゆき	雪	tuyết
くもり	曇り	có mây
ホテル		khách sạn
くうこう	空港	sân bay
うみ	海	biển, đại dương
せかい	世界	thế giới
パーティー		tiệc (〜を します: tổ chức tiệc, mở tiệc)
[お]まつり	[お]祭り	lễ hội

すきやき*	すき焼き	Sukiyaki (món lẩu thịt bò, rau)
さしみ*	刺身	Sashimi (món gỏi cá sống)
[お]すし		Sushi (món cơm trộn giấm có cá tươi ở trên)
てんぷら		Tempura (món hải sản và rau chiên tẩm bột)
ぶたにく*	豚肉	thịt heo, thịt lợn
とりにく	とり肉	thịt gà
ぎゅうにく	牛肉	thịt bò
レモン		chanh
いけばな	生け花	nghệ thuật cắm hoa (〜を します : cắm hoa)
もみじ	紅葉	cây lá đỏ, lá đỏ
どちら		cái nào (trong hai cái)
どちらも		cả hai
いちばん		nhất
ずっと		(hơn) hẳn, suốt
はじめて	初めて	lần đầu tiên

〈会話〉

ただいま。	Tôi đã về đây. (dùng để nói khi về đến nhà)
お帰りなさい。	Anh/Chị đã về đấy à. (dùng để nói với ai đó mới lại về nhé)
わあ、すごい 人ですね。	Ôi, (người) đông quá nhỉ!
疲れました。	Tôi mệt rồi.

祇園祭	Lễ hội Gi-ôn (lễ hội nổi tiếng nhất ở Kyoto)
ホンコン	Hồng Kông (香港)
シンガポール	Singapore
ＡＢＣストア	tên siêu thị giả định
ジャパン	tên siêu thị giả định

II. Phần dịch

Mẫu câu

1. Hôm qua trời mưa.
2. Hôm qua trời lạnh.
3. Hokkaido lớn hơn Kyushu.
4. Trong một năm, tôi thích nhất mùa hè.

Ví dụ

1. Kyoto có yên tĩnh không?
    ⋯Không, không yên tĩnh.
2. Chuyến du lịch có vui không?
    ⋯Vâng, rất vui.
    Thời tiết có đẹp không?
    ⋯Không, không đẹp lắm.
3. Bữa tiệc hôm qua thế nào?
    ⋯Rất náo nhiệt. Tôi đã gặp nhiều người.
4. New York có lạnh hơn Osaka không?
    ⋯Vâng, lạnh hơn nhiều.
5. Đến sân bay thì xe buýt và tàu điện, cái nào nhanh hơn?
    ⋯Tàu điện nhanh hơn.
6. Biển và núi, anh/chị thích nơi nào hơn?
    ⋯Tôi thích cả hai.
7. Trong các món ăn Nhật Bản, anh/chị thích món nào nhất?
    ⋯Tôi thích món Tempura nhất.

Hội thoại

Lễ hội Gion thế nào?

Miller:	Chào bác, cháu đã về rồi đây.
Người quản lý:	Anh về rồi đấy à.
Miller:	Đây là quà Kyoto ạ.
Người quản lý:	Cám ơn cháu.
	Lễ hội Gi-ôn thế nào?
Miller:	Thú vị ạ.
	Rất náo nhiệt.
Người quản lý:	Lễ hội Gi-ôn nổi tiếng nhất trong các lễ hội ở Kyoto mà.
Miller:	Thế ạ.
	Cháu chụp rất nhiều ảnh. Đây này bác.
Người quản lý:	Ôi, người đông ghê nhỉ!
Miller:	Vâng. Cháu hơi mệt ạ.

III. Từ và thông tin tham khảo

祭りと 名所　　LỄ HỘI VÀ ĐỊA DANH

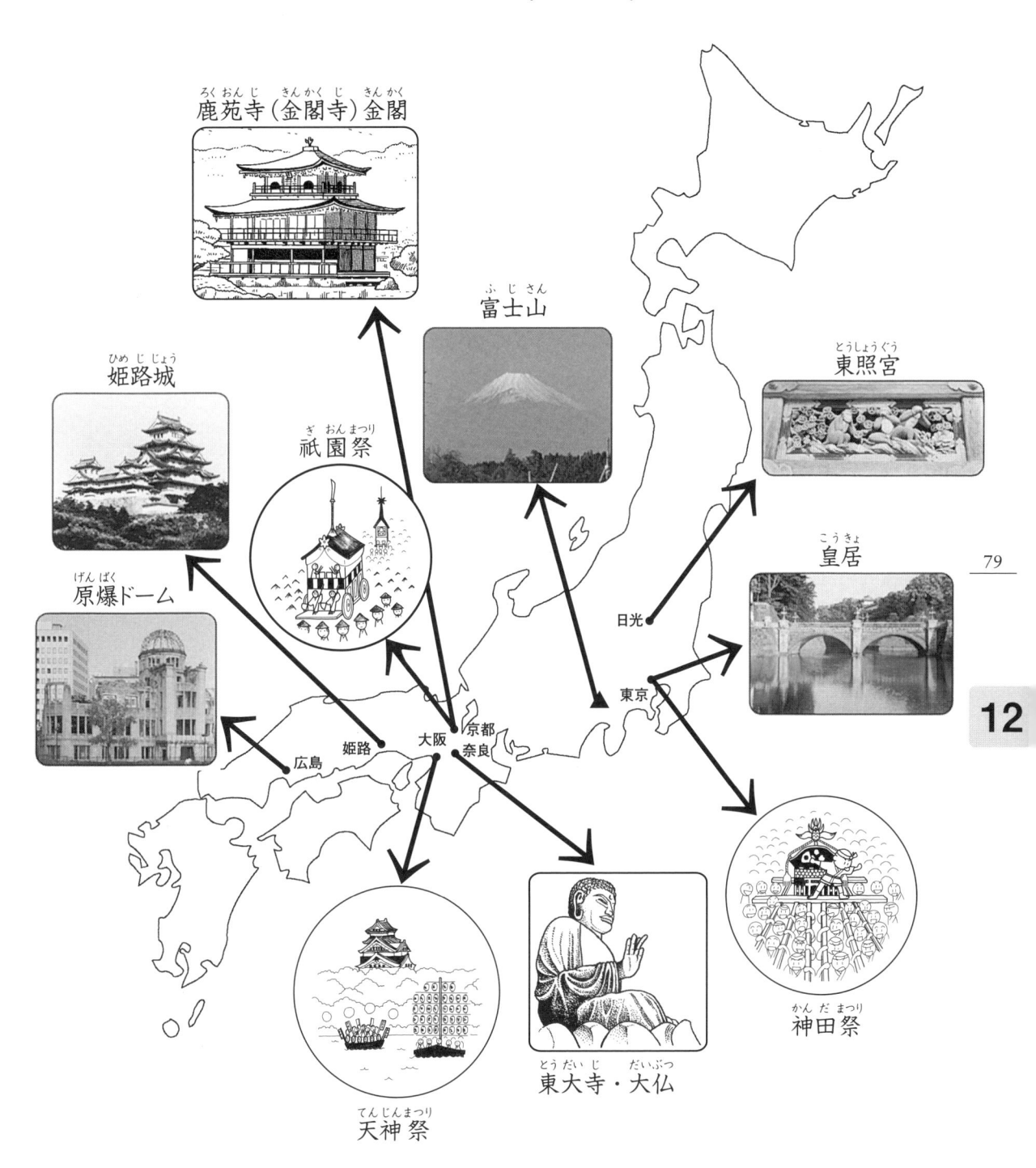

鹿苑寺（金閣寺）金閣

姫路城

原爆ドーム

祇園祭

富士山

東照宮

皇居

日光

東京

広島　姫路　大阪　京都　奈良

天神祭

東大寺・大仏

神田祭

IV. Giải thích ngữ pháp

1. Thời, thể khẳng định/phủ định của câu danh từ và câu Tính từ đuôi な

	phi quá khứ (thời hiện tại/tương lai)	quá khứ
khẳng định	danh từ　　あめ 　　　　　　　　　}です tính từ đuôi な　しずか	danh từ　　あめ 　　　　　　　　　}でした tính từ đuôi な　しずか
phủ định	danh từ　　あめ 　　　　　　　　　}じゃ ありません tính từ đuôi な　しずか　(では)	danh từ　　あめ 　　　　　　　　　}じゃ ありませんでした tính từ đuôi な　しずか　(では)

① きのうは 雨でした。　　　　　　　　Hôm qua trời mưa.
② きのうの 試験は 簡単じゃ ありませんでした。
　　Bài thi ngày hôm qua không dễ.

2. Thời, thể khẳng định/phủ định của câu Tính từ đuôi い

	phi quá khứ (thời hiện tại/tương lai)	quá khứ
khẳng định	あついです	あつかったです
phủ định	あつくないです	あつくなかったです

③ きのうは 暑かったです。　　　　　　Hôm qua trời nóng.
④ きのうの パーティーは あまり 楽しくなかったです。
　　Bữa tiệc hôm qua không vui lắm.

3. ┌─────────────────────────────────────┐
　　　│ Danh từ₁ は Danh từ₂ より Tính từ です │
　　　└─────────────────────────────────────┘
Đây là cách nói lấy Danh từ₂ làm chuẩn để nói về tính chất hoặc trạng thái của Danh từ₁.
⑤ この 車は あの 車より 大きいです。
　　Chiếc xe ô-tô này lớn hơn chiếc xe ô-tô kia.

4. ┌──┐
　　　│ Danh từ₁ と Danh từ₂ と どちらが Tính từ ですか　　　　│
　　　│ ……Danh từ₁ ／ Danh từ₂ の ほうが Tính từ です　　　　│
　　　└──┘
Trường hợp so sánh giữa hai chủ thể thì cho dù đối tượng so sánh là như thế nào chúng ta cũng sử dụng nghi vấn từ どちら.
⑥ サッカーと 野球と どちらが おもしろいですか。
　　……サッカーの ほうが おもしろいです。
　　Bóng đá và bóng chày, môn nào thú vị hơn?
　　…Bóng đá thú vị hơn.
⑦ ミラーさんと サントスさんと どちらが テニスが 上手ですか。
　　Anh Miller và anh Santos, ai chơi quần vợt giỏi hơn.
⑧ 北海道と 大阪と どちらが 涼しいですか。
　　Hokkaido và Osaka, nơi nào mát hơn?

⑨ 春と 秋と どちらが 好きですか。

Mùa xuân và mùa thu, anh/chị thích mùa nào hơn?

5.

> Danh từ₁ [の 中]で { 何 / どこ / だれ / いつ } が いちばん Tính từ ですか
> ……Danh từ₂ が いちばん Tính từ です

Trợ từ で biểu thị phạm vi. Từ phạm vi của Danh từ₁, khi hỏi tính chất, trạng thái của đối tượng (đồ vật, địa điểm, người, thời gian, v.v.) được biểu thị qua tính từ ở mức độ cao nhất, chúng ta dùng nghi vấn từ tương ứng với đối tượng đó.

⑩ 日本料理[の 中]で 何が いちばん おいしいですか。
……てんぷらが いちばん おいしいです。

Trong các món ăn Nhật Bản, món nào ngon nhất?
…Món tôm chiên tẩm bột ngon nhất.

⑪ ヨーロッパで どこが いちばん よかったですか。
……スイスが いちばん よかったです。

Trong những địa điểm ở châu Âu, chỗ nào anh/chị thích nhất?
…Tôi thích nhất Thụy Sĩ.

⑫ 家族で だれが いちばん 背が 高いですか。
…… 弟が いちばん 背が 高いです。

Trong gia đình anh/chị, ai cao nhất?
…Em trai tôi cao nhất. (xem Bài 16)

⑬ 1年で いつが いちばん 寒いですか。   Trong một năm, thời điểm nào lạnh nhất?
……2月が いちばん 寒いです。   …Tháng 2 lạnh nhất.

[Chú ý] Kể cả trong câu tính từ khi hỏi về chủ ngữ thì chúng ta cũng dùng trợ từ が sau nghi vấn từ. (xem Bài 10)

6. Tính từ の (の với vai trò thay thế danh từ)

Ở Bài 2 chúng ta đã học về の được sử dụng với vai trò thay thế danh từ đã xuất hiện ở câu trước dưới hình thức "Danh từ₁ の". の trong あついの xuất hiện trong câu ví dụ của bài này dưới hình thức "Tính từ の" cũng có vai trò thay thế danh từ như hình thức "Danh từ₁ の".

⑭ カリナさんの かばんは どれですか。   Cặp của chị Karina là cái nào?
……あの 赤くて、大きいのです。   …Là cái lớn, màu đỏ kia. (xem Bài 16)

Bài 13

I. Từ vựng

あそびます	遊びます	chơi
およぎます	泳ぎます	bơi
むかえます	迎えます	đón
つかれます	疲れます	mệt (khi nói trạng thái đã mệt rồi thì dùng つかれました)
けっこんします	結婚します	kết hôn, lập gia đình, cưới
かいものします	買い物します	mua sắm, mua hàng
しょくじします	食事します	ăn cơm, dùng bữa
さんぽします　[こうえんを〜]	散歩します　[公園を〜]	đi dạo [ở công viên]
たいへん[な]	大変[な]	vất vả, khó khăn, khổ
ほしい	欲しい	muốn có
ひろい	広い	rộng
せまい	狭い	chật, hẹp
プール		bể bơi
かわ	川	sông
びじゅつ	美術	mỹ thuật
つり	釣り	việc câu cá (〜を します: câu cá)
スキー		việc trượt tuyết (〜を します: trượt tuyết)
しゅうまつ	週末	cuối tuần
[お]しょうがつ	[お]正月	Tết
〜ごろ		khoảng 〜 (dùng cho thời gian)
なにか	何か	cái gì đó
どこか		đâu đó, chỗ nào đó

〈練習C〉

のどが かわきます	khát (khi nói trạng thái đang khát thì dùng のどが かわきました)
おなかが すきます	đói (khi nói trạng thái đang đói thì dùng おなかが すきました)
そう しましょう。	Nhất trí./Hãy làm vậy đi. (nói khi đồng ý với đề xuất của ai)

〈会話〉

ご注文は？	Anh/Chị dùng món gì ạ?
定食	cơm suất, cơm phần
牛どん	món cơm với thịt bò ở trên
[少々] お待ち ください。	Xin anh/chị vui lòng đợi [một chút].
～で ございます。	(cách nói lịch sự của です)
別々に	riêng, riêng ra

アキックス	tên công ty giả định
おはようテレビ	tên chương trình truyền hình giả định

II. Phần dịch

Mẫu câu

1. Tôi muốn có một chiếc xe ô tô.
2. Tôi muốn ăn Sushi.
3. Tôi muốn đi Pháp để học nấu ăn.

Ví dụ

1. Bây giờ anh/chị muốn có cái gì nhất?
   ⋯Tôi muốn có một chiếc điện thoại di động mới.
2. Nghỉ hè anh/chị muốn đi đâu?
   ⋯Tôi muốn đi Okinawa.
3. Hôm nay mệt nên chẳng muốn làm gì cả.
   ⋯Ừ nhỉ. Cuộc họp hôm nay vất vả quá nhỉ.
4. Cuối tuần anh/chị sẽ làm gì?
   ⋯Tôi đi Kobe với con để ngắm thuyền.
5. Anh/Chị đến Nhật để học gì?
   ⋯Tôi đến Nhật để học mỹ thuật.
6. Nghỉ đông anh/chị có đi đâu (đó) không?
   ⋯Có. Tôi đã đi Hokkaido để trượt tuyết.

Hội thoại

Nhờ chị tính riêng ra cho ạ

Yamada:	Đã 12 giờ rồi đấy. Anh có đi ăn cơm trưa không?
Miller:	Có.
Yamada:	Chúng ta đi đâu?
Miller:	À…. Hôm nay tôi muốn ăn món Nhật.
Yamada:	Thế thì chúng ta đến nhà hàng Tsuru-ya đi.

....

Nữ nhân viên nhà hàng:	Các anh dùng gì ạ?
Miller:	Tôi ăn cơm suất Tempura.
Yamada:	Tôi ăn cơm thịt bò.
Nữ nhân viên nhà hàng:	Như vậy là hai anh dùng món cơm suất Tempura và món cơm thịt bò nhỉ? Xin vui lòng chờ cho một chút ạ.

....

Nhân viên tính tiền:	Hết 1,680 yen ạ.
Miller:	Xin lỗi, nhờ chị tính riêng ra cho ạ.
Nhân viên tính tiền:	Vâng. Món cơm suất Tempura là 980 yen, còn món cơm thịt bò là 700 yen.

III. Từ và thông tin tham khảo

町の中 TRONG KHU PHỐ

博物館	bảo tàng	市役所	văn phòng hành chính quận/ thành phố, tòa thị chính
美術館	bảo tàng mỹ thuật		
図書館	thư viện	警察署	đồn cảnh sát
映画館	rạp chiếu phim	交番	bốt cảnh sát
動物園	vườn bách thú	消防署	trạm cứu hỏa
植物園	vườn bách thảo	駐車場	bãi đỗ xe
遊園地	công viên giải trí		
		大学	trường đại học
お寺	chùa	高校	trường phổ thông trung học
神社	đền thờ đạo Thần	中学校	trường phổ thông cơ sở
教会	nhà thờ	小学校	trường tiểu học
モスク	đền thờ đạo Hồi	幼稚園	trường mẫu giáo
体育館	nhà tập thể dục thể thao	肉屋	cửa hàng thịt
プール	bể bơi	パン屋	cửa hàng bánh mì
公園	công viên	魚屋	cửa hàng cá
		酒屋	cửa hàng rượu
大使館	đại sứ quán	八百屋	cửa hàng rau
入国管理局	cục xuất nhập cảnh		
		喫茶店	quán giải khát
		コンビニ	cửa hàng tiện lợi
		スーパー	siêu thị
		デパート	cửa hàng bách hóa

IV. Giải thích ngữ pháp

1. Danh từ が 欲しいです

ほしい là tính từ đuôi い. Tân ngữ của ほしい được biểu thị bằng trợ từ が.

① わたしは 友達が 欲しいです。　　　Tôi muốn có bạn.
② 今 何が いちばん 欲しいですか。　　Bây giờ anh/chị muốn cái gì nhất?
　……車が 欲しいです。　　　　　　…Tôi muốn một cái ô-tô.
③ 子どもが 欲しいですか。　　　　　Anh/chị muốn có con không?
　……いいえ、欲しくないです。　　　…Không, tôi không muốn.

2. Động từ (thể ます) たいです

1) Động từ thể ます

Thể kết hợp của động từ với ます thì ta gọi là thể ます (của động từ). Ví dụ như かい trong かいます.

2) Động từ (thể ます) たいです

Đây là cách nói biểu thị ý muốn làm một cái gì đó. Có thể biểu thị tân ngữ của ～たい bằng cả trợ từ を và trợ từ が. ～たい có cách biến đổi tương tự tính từ đuôi い.

④ わたしは 沖縄へ 行きたいです。　　Tôi muốn đi Okinawa.
⑤ わたしは てんぷらを 食べたいです。　Tôi muốn ăn món tôm chiên tẩm bột.
　　　　　(が)
⑥ 神戸で 何を 買いたいですか。　　Anh/chị muốn mua gì ở Kobe?
　　　　(が)
　……靴を 買いたいです。　　　　　…Tôi muốn mua một đôi giày.
　　　(が)
⑦ おなかが 痛いですから、何も 食べたくないです。
　　Vì bị đau bụng nên tôi không muốn ăn gì. (xem Bài 17)

[Chú ý 1] Các mẫu câu ほしいです, たいです không thể dùng để biểu thị ham muốn của người thứ ba ngoài người nói và người nghe.

[Chú ý 2] Các mẫu câu ほしいですか, "Động từ (thể ます) たいですか" không thể dùng trong trường hợp mời người nghe dùng một thứ gì hay làm gì. Ví dụ, trong trường hợp muốn mời người nghe uống cà-phê thì không nói コーヒーが ほしいですか hoặc コーヒーが のみたいですか, mà nói là コーヒーは いかがですか hoặc là コーヒーを のみませんか.

3. | Danh từ (địa điểm) へ { Động từ (thể ます) / Danh từ } に 行きます／来ます／帰ります |

Dùng trợ từ に để biểu thị mục đích (của) hành động của các động từ いきます, きます, かえります.

⑧ 神戸へ インド料理を 食べに 行きます。　　Tôi đi Kobe để ăn món ăn Ấn Độ.

Trường hợp động từ trước に là "Danh từ します" (かいものします, べんきょうします) hoặc "Danh từ を します" (おはなみを します, つりを します) thì chúng ta dùng theo hình thức "Danh từ に いきます／きます／かえります".

⑨ 神戸へ 買い物に 行きます。　　　　　　Tôi đi Kobe để mua hàng.
⑩ 日本へ 美術の 勉強に 来ました。　　　　Tôi đến Nhật Bản để học mỹ thuật.

[Chú ý] Trường hợp に đặt trước các danh từ chỉ sự kiện được tổ chức như lễ hội, buổi hòa nhạc, v.v. thì thông thường mục đích của hành động được hiểu là xem lễ hội, nghe hòa nhạc.

⑪ あした 京都の お祭りに 行きます。　　Ngày mai tôi đi Kyoto để xem lễ hội.

4. | どこか／何か |

どこか có nghĩa là "đâu đó, nơi nào đó", còn なにか có nghĩa là "cái gì đó". Có thể lược bỏ các trợ từ へ và を ở sau どこか, なにか.

⑫ 冬休みは どこか[へ] 行きましたか。
　　……はい。北海道へ スキーに 行きました。

　　Nghỉ đông anh/chị có đi đâu (đó) không?
　　…Vâng, tôi có đi trượt tuyết ở Hokkaido.

[Chú ý] Chúng ta có thể thêm trợ từ は vào sau từ chỉ thời gian để đưa nó lên làm chủ đề.

⑬ のどが かわきましたから、何か[を] 飲みたいです。
　　Tôi khát nên tôi muốn uống cái gì đó.

5. | ご〜 |

ご thể hiện sự kính trọng.

⑭ ご注文は？　　　　　　　　　Anh/Chị dùng món gì ạ?

Bài 14

I. Từ vựng

つけますⅡ		bật
けしますⅠ	消します	tắt
あけますⅡ	開けます	mở
しめますⅡ	閉めます	đóng (cửa, cửa sổ)
いそぎますⅠ	急ぎます	vội, gấp
まちますⅠ	待ちます	đợi, chờ
もちますⅠ	持ちます	mang, cầm
とりますⅠ	取ります	lấy, chuyển
てつだいますⅠ	手伝います	giúp (làm việc gì)
よびますⅠ	呼びます	gọi
はなしますⅠ	話します	nói, nói chuyện
つかいますⅠ	使います	dùng, sử dụng
とめますⅡ	止めます	dừng, đỗ
みせますⅡ	見せます	cho xem, trình
おしえますⅡ ［じゅうしょを〜］	教えます ［住所を〜］	nói, cho biết [địa chỉ]
すわりますⅠ	座ります	ngồi
たちますⅠ*	立ちます	đứng
はいりますⅠ ［きっさてんに〜］	入ります ［喫茶店に〜］	vào [quán giải khát]
でますⅡ* ［きっさてんを〜］	出ます ［喫茶店を〜］	ra, ra khỏi [quán giải khát]
ふりますⅠ ［あめが〜］	降ります ［雨が〜］	mưa
コピーしますⅢ		copy, phô-tô
でんき	電気	điện, đèn điện
エアコン		máy điều hòa (nhiệt độ)
パスポート		hộ chiếu
なまえ	名前	tên
じゅうしょ	住所	địa chỉ
ちず	地図	bản đồ
しお	塩	muối
さとう	砂糖	đường

もんだい	問題	câu hỏi, vấn đề
こたえ	答え	câu trả lời
よみかた	読み方	cách đọc
〜かた	〜方	cách 〜
まっすぐ		thẳng
ゆっくり		chậm, thong thả, thoải mái
すぐ		ngay, lập tức
また		lại
あとで		sau
もう すこし	もう 少し	thêm một chút nữa
もう 〜		thêm 〜

〈練習 C〉

さあ	thôi/nào (dùng để thúc giục hoặc khuyến khích ai đó làm gì)
あれ？	Ô! (câu cảm thán khi phát hiện hoặc thấy cái gì đó lạ, hoặc bất ngờ)

〈会話〉

信号を 右へ 曲がって ください。	Anh/Chị hãy rẽ phải ở chỗ đèn tín hiệu.
これで お願いします。	Gửi anh tiền này.
お釣り	tiền thừa, tiền thối lại

みどり町	tên thành phố giả định

II. Phần dịch

Mẫu câu

1. Anh/Chị chờ một chút.
2. Để tôi xách dùm hành lý cho chị nhé?
3. Bây giờ anh Miller đang gọi điện thoại.

Ví dụ

1. Anh/Chị hãy viết tên bằng bút bi.
   ⋯Vâng, tôi biết rồi.
2. Xin lỗi, hãy chỉ cho tôi cách đọc chữ Hán này.
   ⋯Đọc là "Jusho" nhé.
3. Nóng quá nhỉ. Tôi mở cửa sổ nhé.
   ⋯Vâng. Nhờ anh.
4. Tôi ra đón anh/chị ở ga nhé?
   ⋯Tôi sẽ đi bằng tắc-xi nên không cần đâu.
5. Chị Sato ở đâu?
   ⋯Bây giờ chị ấy đang nói chuyện với ông Matsumoto ở phòng họp.
   Thế thì tôi sẽ quay lại sau.
6. Trời có (đang) mưa không?
   ⋯Không, không mưa.

Hội thoại

Cho tôi đến Midoricho

Karina:	Cho tôi đến Midoricho.
Tài xế:	Vâng.

....

Karina:	Xin lỗi, anh rẽ phải ở chỗ đèn tín hiệu kia nhé.
Tài xế:	Rẽ phải đúng không ạ?
Karina:	Vâng.

....

Tài xế:	Đi thẳng phải không ạ?
Karina:	Vâng, anh cứ đi thẳng nhé.

....

Karina:	Anh dừng ở trước cửa hàng hoa kia nhé.
Tài xế:	Vâng.
	Hết 1,800 yen.
Karina:	Vâng, đây ạ.
Tài xế:	Tiền thừa là 3,200 yen. Cám ơn chị.

III. Từ và thông tin tham khảo

駅　GA

切符売り場	chỗ bán vé	特急	tốc hành đặc biệt
自動券売機	máy bán vé tự động	急行	tốc hành
精算機	máy thanh toán tiền vé còn thiếu	快速	nhanh
		準急	bán tốc hành
改札口	cửa soát vé	普通	(tàu) thường, địa phương
出口	cửa ra		
入口	cửa vào		
東口	cửa Đông	時刻表	bảng giờ chạy tàu
西口	cửa Tây	～発	xuất phát từ ～
南口	cửa Nam	～着	đến ～
北口	cửa Bắc	[東京]行き	đi [Tokyo]
中央口	cửa Trung tâm		
		定期券	vé tháng
		回数券	vé giảm giá khi đi nhiều
[プラット]ホーム	sân ga	片道	một chiều
売店	quầy bán hàng, ki-ốt	往復	hai chiều, đi và về
コインロッカー	hòm để đồ cho thuê thao tác bằng tiền xu		
タクシー乗り場	điểm lên xe tắc-xi		
バスターミナル	bến xe buýt		
バス停	điểm lên xuống xe buýt		

IV. Giải thích ngữ pháp

1. Các nhóm động từ

Động từ trong tiếng Nhật có đuôi thay đổi, chúng ta có thể tạo ra nhiều câu với ý nghĩa khác nhau bằng cách đặt đằng sau dạng chia cách của động từ những ngữ khác nhau. Căn cứ vào cách biến đổi, động từ được chia ra làm ba nhóm.

1) Động từ nhóm I
Động từ thuộc nhóm này có âm cuối của thể ます là âm thuộc hàng い, ví dụ: かきます (viết), のみます (uống).

2) Động từ nhóm II
Hầu hết động từ thuộc nhóm này có âm cuối của thể ます là âm thuộc hàng え, nhưng cũng có một số là thuộc hàng い, ví dụ: たべます(ăn), みせます(cho xem), みます(xem).

3) Động từ nhóm III
Các động từ của nhóm này gồm します, "danh từ mang tính hành động + します", và きます.

2. Thể て của động từ

Cách chia động từ ở thể mà có âm cuối là て hoặc で được gọi là thể て. Cách chia động từ ra thể て từ thể ます thì tùy vào nhóm động từ mà có cách chia như sau: (xem phần luyện tập A1, Bài 14 của Quyển chính)

1) Động từ nhóm I

(1) Trường hợp âm cuối của thể ます là い, ち, り thì chúng ta bỏ đi い, ち, り rồi thêm vào って. Ví dụ: かいます → かって mua   まちます → まって chờ
かえります → かえって về

(2) Trường hợp âm cuối của thể ます là み, び, に thì chúng ta bỏ đi み, び, に rồi thêm vào んで. Ví dụ: のみます → のんで uống   よびます → よんで đọc
しにます → しんで chết

(3) Trường hợp âm cuối của thể ます là き, ぎ thì chúng ta bỏ đi き, ぎ rồi thêm vào いて, いで tương ứng.
Ví dụ: かきます → かいて viết   いそぎます → いそいで vội
Tuy nhiên, いきます (đi) là ngoại lệ, nó sẽ được chia thành いって.

(4) Trường hợp âm cuối của thể ます là し thì chúng ta thêm て vào thể ます.
Ví dụ: かします → かして cho mượn

2) Động từ nhóm II
Thêm て vào thể ます. Ví dụ: たべます → たべて ăn
みせます → みせて cho xem   みます → みて xem

3) Động từ nhóm III
Thêm て vào thể ます. Ví dụ: きます → きて đến   します → して làm
さんぽします → さんぽして đi dạo

3. ☐ Động từ thể て ください ☐ hãy ~

Mẫu câu này được dùng khi muốn chỉ thị, nhờ vả, hoặc khuyến khích đối phương về một cái gì đó. Tuy nhiên, khi nhờ vả thì nó không phải là cách nói lịch sự lắm cho nên thường được dùng với すみませんが như ở ví dụ ① bên dưới.

① すみませんが、この 漢字の 読み方を 教えて ください。
   Xin lỗi, hãy chỉ cho tôi cách đọc chữ Hán này. (nhờ vả)

② ボールペンで 名前を 書いて ください。
   Anh/Chị hãy viết tên bằng bút bi. (chỉ thị)

③ どうぞ たくさん 食べて ください。
   Xin mời anh/chị hãy ăn nhiều vào nhé. (khuyến khích)

4. Động từ thể て います

Mẫu câu này biểu thị một hành động đang diễn ra.

④ ミラーさんは 今 電話を かけて います。   Anh Miller đang gọi điện thoại.
⑤ 今 雨が 降って いますか。   Trời có (đang) mưa không?
   ……はい、降って います。   …Có, trời đang mưa.
   ……いいえ、降って いません。   …Không, trời không mưa.

5. Động từ (thể ます) ましょうか   ～ nhé?

Mẫu câu này dùng khi người nói muốn nêu ra đề nghị làm một việc gì đó cho người nghe.

⑥ あしたも 来ましょうか。   Ngày mai tôi lại đến nhé?
   ……ええ、10時に 来て ください。
   …Vâng, ngày mai anh/chị hãy đến vào lúc 10 giờ.

⑦ 傘を 貸しましょうか。   Tôi cho anh/chị mượn ô nhé?
   ……すみません。お願いします。   …Cám ơn anh. Nhờ anh.

⑧ 荷物を 持ちましょうか。   Tôi mang hành lý giúp anh/chị nhé?
   ……いいえ、けっこうです。   …Không, tôi tự mang được ạ.

6. Danh từ が Động từ

Khi muốn miêu tả y nguyên một hiện tượng tự nhiên mà chúng ta cảm nhận được bằng 5 giác quan (mắt, tai, v.v.), hoặc muốn truyền đạt một cách khách quan một sự việc thì dùng trợ từ が sau chủ ngữ đó.

⑨ 雨が 降って います。   Trời đang mưa.
⑩ ミラーさんが いませんね。   Anh Miller không có (ở đây) nhỉ!

7. すみませんが

⑪ すみませんが、塩を 取って ください。   Xin lỗi, anh/chị lấy giúp tôi lọ muối.
⑫ 失礼ですが、お名前は？   Xin lỗi, anh/chị tên gì ạ?

Trong những biểu hiện dùng để mở đầu câu khi gọi như すみませんが, しつれいですが, v.v., thì が không phải mang ý nghĩa đối nghĩa, mà nó được sử dụng với sắc thái mở đầu nhẹ nhàng.

Bài 15

I. Từ vựng

おきますⅠ	置きます	đặt, để
つくりますⅠ	作ります、造ります	làm, chế tạo, sản xuất
うりますⅠ	売ります	bán
しりますⅠ	知ります	biết
すみますⅠ	住みます	sống, ở
けんきゅうしますⅢ	研究します	nghiên cứu
しりょう	資料	tài liệu, tư liệu
カタログ		ca-ta-lô
じこくひょう	時刻表	bảng giờ chạy tàu
ふく	服	quần áo
せいひん	製品	sản phẩm
ソフト		phần mềm
でんしじしょ	電子辞書	kim từ điển
けいざい	経済	kinh tế
しやくしょ	市役所	tòa thị chính
こうこう	高校	trường trung học phổ thông, trường cấp 3
はいしゃ	歯医者	nha sĩ
どくしん	独身	độc thân
すみません		xin lỗi

〈練習C〉
皆(みな)さん   các anh chị, các ông bà, các bạn, quý vị

〈会話(かいわ)〉
思(おも)い出(だ)しますⅠ   nhớ lại, hồi tưởng lại
いらっしゃいますⅠ   (kính ngữ của います)

日本橋(にっぽんばし)   tên khu phố mua sắm ở Osaka

みんなの インタビュー   tên chương trình truyền hình giả định

II. Phần dịch

Mẫu câu

1. Tôi chụp ảnh có được không?
2. Anh Santos có kim từ điển.

Ví dụ

1. Tôi lấy tờ ca-ta-lô này có được không?
   ⋯Vâng, được ạ. Xin mời.
2. Tôi mượn quyển từ điển này có được không?
   ⋯Xin lỗi, không được rồi.... Bây giờ tôi đang dùng.
3. Không được chơi ở đây.
   ⋯Vâng.
4. Anh/Chị có biết số điện thoại của tòa thị chính không?
   ⋯Không, tôi không biết.
5. Chị Maria sống ở đâu?
   ⋯Chị ấy sống ở Osaka.
6. Anh Wang lập gia đình rồi à?
   ⋯Không, anh ấy còn độc thân.
7. Anh/Chị làm nghề gì?
   ⋯Tôi làm giáo viên. Tôi dạy ở trường cấp 3.

Hội thoại

Gia đình anh thế nào?

Kimura: Phim hay nhỉ!
Miller: Vâng. Nó làm tôi nhớ đến gia đình mình.
Kimura: Thế à. Gia đình anh Miller thế nào?
Miller: Gia đình tôi có bố mẹ và một chị gái.
Kimura: Họ sống ở đâu ạ?
Miller: Bố mẹ tôi sống ở gần New York.
Chị gái tôi thì làm việc ở Luân Đôn.
Gia đình chị Kimura thì thế nào?
Kimura: Gia đình tôi có ba người. Bố tôi là nhân viên ngân hàng.
Mẹ tôi dạy tiếng Anh ở trường phổ thông trung học.

III. Từ và thông tin tham khảo

職業(しょくぎょう) NGHỀ NGHIỆP

会社員(かいしゃいん) nhân viên công ty	公務員(こうむいん) công chức	駅員(えきいん) nhân viên nhà ga	銀行員(ぎんこういん) nhân viên ngân hàng	郵便局員(ゆうびんきょくいん) nhân viên bưu điện
店員(てんいん) nhân viên cửa hàng, nhân viên nhà hàng	調理師(ちょうりし) đầu bếp	理容師(りようし) thợ cắt tóc 美容師(びようし) mỹ viện gia	教師(きょうし) giáo viên	弁護士(べんごし) luật sư
研究者(けんきゅうしゃ) nhà nghiên cứu	医者(いしゃ)/看護師(かんごし) bác sĩ / y tá	運転手(うんてんしゅ) tài xế	警察官(けいさつかん) cảnh sát	外交官(がいこうかん) nhà ngoại giao
政治家(せいじか) chính khách, nhà chính trị	画家(がか) họa sĩ	作家(さっか) nhà văn	音楽家(おんがくか) nhạc sĩ	建築家(けんちくか) kiến trúc sư
エンジニア kỹ sư	デザイナー nhà thiết kế	ジャーナリスト nhà báo	歌手(かしゅ)/俳優(はいゆう) ca sĩ / diễn viên	スポーツ選手(せんしゅ) vận động viên

15

IV. Giải thích ngữ pháp

1. Động từ thể て も いいですか   ~ có được không?

Mẫu câu này dùng để xin phép làm một điều gì.

① 写真を 撮っても いいですか。   Tôi chụp ảnh có được không ?

Cách trả lời khi được xin phép theo mẫu trên sẽ như ở ví dụ ②, ③ dưới đây.

Đặc biệt là trường hợp không cho phép thì sẽ có cách trả lời tế nhị như ②, và cách sử dụng biểu hiện cấm đoán như ③ (xem phần 2 ở dưới). Trường hợp nào cũng có đề cập lí do từ chối.

② ここで たばこを 吸っても いいですか。 Tôi hút thuốc ở đây có được không?
　　……ええ、[吸っても] いいですよ。　　…Vâng, [hút cũng] được.
　　……すみません、ちょっと……。のどが 痛いですから。
　　…Xin lỗi, không được đâu ạ. Tôi đang đau họng lắm. (xem Bài 17)

③ ここで たばこを 吸っても いいですか。 Tôi hút thuốc ở đây có được không?
　　……ええ、[吸っても] いいですよ。　　…Vâng, [hút cũng] được.
　　……いいえ、[吸っては] いけません。禁煙ですから。
　　…Không, không được [hút]. Vì ở đây cấm hút thuốc.

2. Động từ thể て は いけません   không được ~

Mẫu câu này biểu thị sự cấm đoán.

④ ここで たばこを 吸っては いけません。禁煙ですから。
　　Không được hút thuốc ở đây. Vì ở đây cấm hút thuốc.

Cách nói này không dùng với người trên.

3. Động từ thể て います

Mẫu câu này ngoài cách dùng để diễn đạt một hành động đang diễn ra mà chúng ta học ở Bài 14, thì còn có các cách dùng như sau:

1) Biểu thị trạng thái (những động từ chủ yếu được dùng ở dạng ~て います)

⑤ わたしは 結婚して います。　　　Tôi đã lập gia đình.
⑥ わたしは 田中さんを 知って います。 Tôi biết anh Tanaka.
⑦ わたしは カメラを 持って います。　Tôi có máy ảnh.
⑧ わたしは 大阪に 住んで います。　Tôi sống ở Osaka.

[Chú ý 1] Thể phủ định của しって います là しりません. Chú ý không nói là しって いません.

⑨ 市役所の 電話番号を 知って いますか。
　　Anh/chị có biết số điện thoại của tòa thị chính không?
　　……はい、知って います。　　　…Vâng, tôi biết.
　　……いいえ、知りません。　　　…Không, tôi không biết.

[Chú ý 2] もって います có 2 nghĩa là "đang cầm (trong tay)" và "có (sở hữu)".

2) Biểu thị hành động mang tính thói quen (một hành động giống nhau được lặp đi lặp lại trong một thời gian dài), nghề nghiệp, tình cảnh.

⑩ IMC は コンピューターソフトを 作って います。

Công ty IMC chế tạo phần mềm máy vi tính.

⑪ スーパーで ナンプラーを 売って います。

Siêu thị có bán nước mắm.

⑫ ミラーさんは IMC で 働いて います。　Anh Miller làm việc ở Công ty IMC.

⑬ 妹は 大学で 勉強して います。　　　Em gái tôi (đang) học đại học.

4. | Danh từ に Động từ |

Trợ từ に được dùng với các động từ như はいります, すわります, のります (đi/lê xem Bài 16), のぼります (leo: xem Bài 19), つきます (đến: xem Bài 25), và nó biểu thị địa điểm chủ ngữ có mặt sau khi thực hiện hành động đó.

⑭ ここに 入っては いけません。　　　Không được vào đây.

⑮ ここに 座っても いいですか。　　　Tôi ngồi ở đây có được không?

⑯ 京都駅から 16番の バスに 乗って ください。

Anh/chị hãy lên xe buýt tuyến số 16 từ ga Kyoto nhé. (xem Bài 16)

5. | Danh từ₁ に Danh từ₂ を Động từ |

Trợ từ に biểu thị địa điểm (Danh từ₁) có mặt của Danh từ₂ sau khi thực hiện hành động đó.

⑰ ここに 車を 止めて ください。　　　Anh/chị hãy đỗ xe ở đây.

Trợ từ に của ví dụ ⑱ cũng có chức năng tương tự.

⑱ ここに 住所を 書いて ください。　　Anh/chị hãy ghi địa chỉ vào đây.

Bài 16

I. Từ vựng

のりますI [でんしゃに～]	乗ります [電車に～]	đi, lên [tàu]
おりますII [でんしゃを～]	降ります [電車を～]	xuống [tàu]
のりかえますII	乗り換えます	chuyển, đổi (tàu)
あびますII [シャワーを～]	浴びます	tắm [vòi hoa sen]
いれますII	入れます	cho vào, bỏ vào
だしますI	出します	lấy ra, đưa ra, gửi
おろしますI [おかねを～]	下ろします [お金を～]	rút [tiền]
はいりますI [だいがくに～]	入ります [大学に～]	vào [đại học]
でますII [だいがくを～]	出ます [大学を～]	ra, tốt nghiệp [đại học]
おしますI	押します	bấm, ấn
のみますI	飲みます	uống (bia, rượu)
はじめますII	始めます	bắt đầu
けんがくしますIII	見学します	tham quan kiến tập
でんわしますIII	電話します	gọi điện thoại
わかい	若い	trẻ
ながい	長い	dài
みじかい	短い	ngắn
あかるい	明るい	sáng
くらい	暗い	tối
からだ*	体	người, cơ thể
あたま	頭	đầu
かみ	髪	tóc
かお*	顔	mặt
め	目	mắt
みみ*	耳	tai
はな*	鼻	mũi
くち*	口	miệng
は*	歯	răng
おなか*		bụng
あし*	足	chân
せ	背	chiều cao (cơ thể)

サービス		dịch vụ
ジョギング		việc chạy bộ (〜を します: chạy bộ)
シャワー		vòi hoa sen
みどり	緑	màu xanh lá cây, cây xanh
［お］てら	［お］寺	chùa
じんじゃ	神社	đền thờ đạo Thần
－ばん	－番	số －
どうやって		làm thế nào 〜
どの 〜		〜 nào (dùng đối với trường hợp từ ba thứ trở lên)
どれ		cái nào (dùng trong trường hợp ba cái hoặc nhiều hơn)

〈練習C〉

すごいですね。	Thật là tuyệt vời!/Kinh quá nhỉ!
［いいえ、］まだまだです。	(Không), tôi còn phải cố gắng nhiều lắm. (cách nói khiêm nhường khi được ai đó khen)

〈会話〉

お引き出しですか。	Anh/Chị rút tiền ạ?
まず	trước hết, đầu tiên
次に	tiếp theo, sau đó
キャッシュカード	thẻ rút tiền mặt, thẻ ATM
暗証番号	mã số bí mật (mật khẩu)
金額	số tiền, khoản tiền
確認	sự xác nhận, sự kiểm tra lại (〜します：xác nhận)
ボタン	nút

ＪＲ	Công ty Đường sắt Nhật Bản
雪祭り	Lễ hội tuyết
バンドン	Bandung (ở In-đô-nê-xi-a)
フランケン	Franken (ở Đức)
ベラクルス	Veracruz (ở Mexico)
梅田	tên một quận ở Osaka
大学前	tên điểm dừng xe buýt giả định

II. Phần dịch

Mẫu câu

1. Buổi sáng tôi chạy bộ, tắm, rồi đến công ty.
2. Sau khi buổi hoà nhạc kết thúc, chúng tôi đã đi ăn ở nhà hàng.
3. Thức ăn ở Osaka ngon.
4. Căn phòng này rộng và sáng sủa.

Ví dụ

1. Hôm qua anh/chị (đã) làm gì?
   ⋯Tôi đi thư viện, mượn sách, sau đó đi gặp bạn.
2. Anh/chị đến trường (đại học) bằng cách nào?
   ⋯Tôi lên xe buýt số 16 từ ga Kyoto, rồi xuống ở điểm đỗ Daigaku-mae.
3. Anh chị tính tham quan lâu đài Osaka luôn bây giờ à?
   ⋯Không. Chúng tôi sẽ đi sau khi dùng bữa trưa.
4. Chị Maria là người nào?
   ⋯Chị ấy là người tóc dài kia.
5. Xe đạp của Taro là chiếc nào?
   ⋯Là chiếc (xe đạp) mới, màu xanh kia.
6. Nara là thành phố như thế nào?
   ⋯Là thành phố yên tĩnh và đẹp.
7. Người kia là ai?
   ⋯Là chị Karina. Chị ấy là người In-đô-nê-xi-a, và là lưu học sinh của Trường Đại học Fuji.

Hội thoại

Làm ơn chỉ cho tôi cách dùng

Maria:	Xin lỗi, làm ơn chỉ cho tôi cách dùng với.
Nhân viên ngân hàng:	Chị định rút tiền ạ?
Maria:	Vâng ạ.
Nhân viên ngân hàng:	Thế thì trước tiên chị ấn vào đây.
Maria:	Vâng.
Nhân viên ngân hàng:	Sau đó chị hãy cho thẻ ATM vào đây, và nhập mã số bí mật.
Maria:	Vâng. Tôi đã bấm rồi ạ.
Nhân viên ngân hàng:	Vậy chị hãy nhập số tiền vào.
Maria:	Số tiền là 5 vạn yen, 5….
Nhân viên ngân hàng:	Chị ấn nút "vạn" và "yen". Sau đó chị ấn nút "xác nhận" này.
Maria:	Vâng. Cám ơn anh rất nhiều ạ.

III. Từ và thông tin tham khảo

ATMの使い方　CÁCH SỬ DỤNG MÁY RÚT TIỀN TỰ ĐỘNG

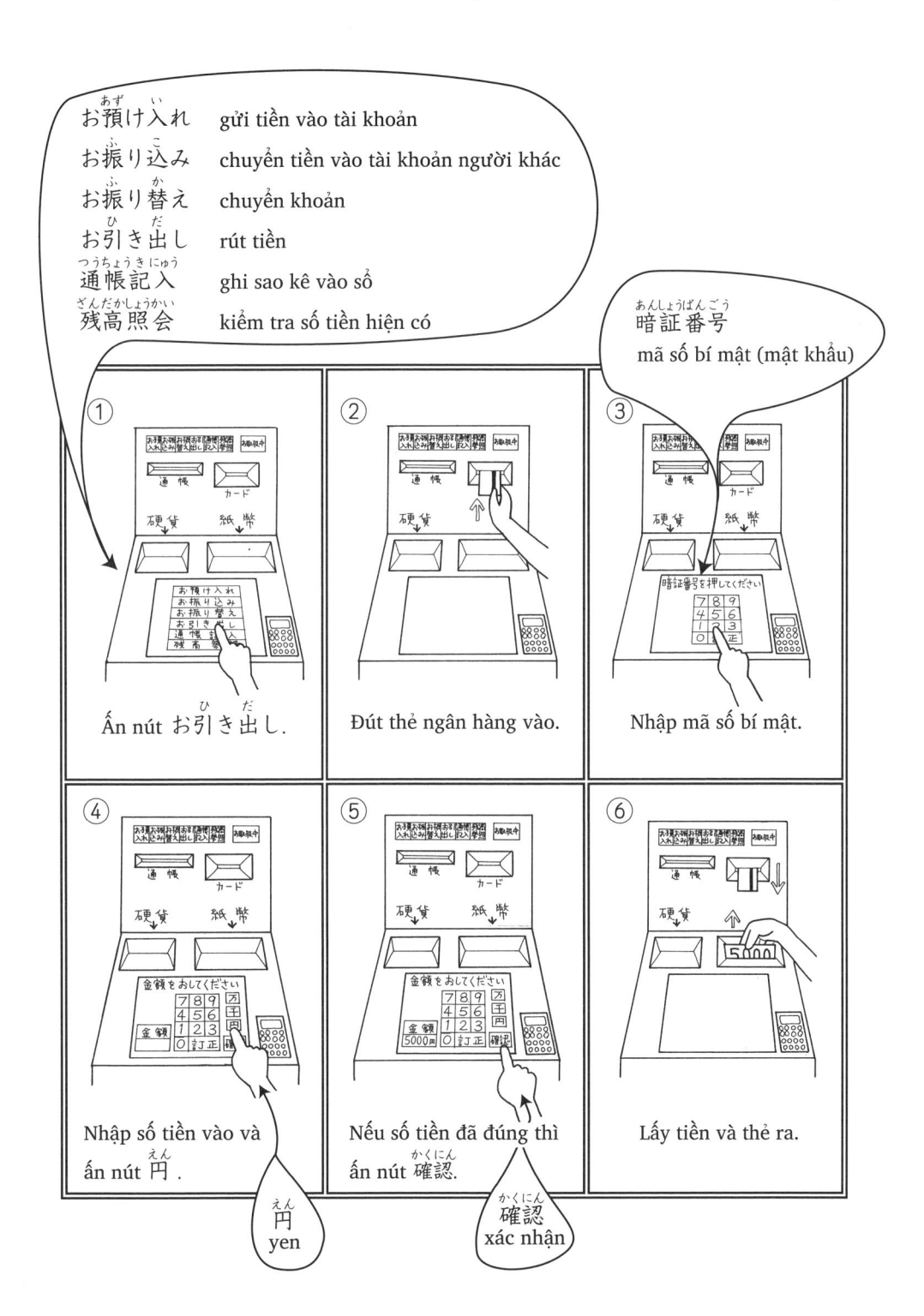

お預け入れ	gửi tiền vào tài khoản
お振り込み	chuyển tiền vào tài khoản người khác
お振り替え	chuyển khoản
お引き出し	rút tiền
通帳記入	ghi sao kê vào sổ
残高照会	kiểm tra số tiền hiện có

暗証番号 — mã số bí mật (mật khẩu)

① Ấn nút お引き出し.

② Đút thẻ ngân hàng vào.

③ Nhập mã số bí mật.

④ Nhập số tiền vào và ấn nút 円.

⑤ Nếu số tiền đã đúng thì ấn nút 確認.

⑥ Lấy tiền và thẻ ra.

円 — yen

確認 — xác nhận

IV. Giải thích ngữ pháp

1. Cách nối 2 câu trở lên

Chúng ta có thể nối 2 câu trở lên với nhau bằng cách sử dụng ～て(で).

1) Động từ₁ thể て、[Động từ₂ thể て、] Động từ₃

Khi muốn nói về hai hành động trở lên diễn ra liên tục nhau thì chúng ta dùng thể て và trình bày theo thứ tự của hành động diễn ra. Thời của câu văn do thời của động từ cuối cùng quyết định.

① 朝 ジョギングを して、シャワーを 浴びて、会社へ 行きます。
　　Buổi sáng tôi chạy bộ, tắm, rồi đến công ty.

② 神戸へ 行って、映画を 見て、お茶を 飲みました。
　　Tôi (đã) đến Kobe, xem phim, rồi uống trà.

2) Tính từ đuôi い(～い) → ～くて

おおき－い → おおき－くて　　　　　　　to

ちいさ－い → ちいさ－くて　　　　　　　nhỏ

いーい → よ－くて(ngoại lệ)　　　　　　tốt

③ ミラーさんは 若くて、元気です。　　Anh Miller trẻ và khỏe mạnh.

④ きのうは 天気が よくて、暑かったです。　Hôm qua trời đẹp và nóng.

3) Tính từ đuôi な[な] → ～で

⑤ ミラーさんは ハンサムで、親切です。　Anh Miller đẹp trai và tốt bụng.

⑥ 奈良は 静かで、きれいな 町です。　Nara là thành phố yên tĩnh và đẹp.

[Chú ý] Khi chúng ta dùng ～て(で) để nối câu tính từ có cùng chủ ngữ thì lưu ý là không thể nối câu có ý đánh giá trái ngược nhau (của người nói). Trường hợp nối câu có ý đánh giá trái ngược nhau thì chúng ta dùng が. (xem mục 4 Bài 8)

× この 部屋は 狭くて、きれいです。

○ この 部屋は 狭いですが、きれいです。　Căn phòng này chật nhưng đẹp.

4) Danh từ で

⑦ カリナさんは インドネシア人で、富士大学の 留学生です。
　　Chị Karina là người In-đô-nê-xi-a và là lưu học sinh của Trường Đại học Fuji.

⑧ カリナさんは 学生で、マリアさんは 主婦です。
　　Chị Karina là sinh viên, và chị Maria là người nội trợ.

2. ┌─────────────────────────────┐
　　│ Động từ₁ thể てから、Động từ₂ │
　　└─────────────────────────────┘

Mẫu câu này dùng để biểu thị rằng hành động ở Động từ₂ được thực hiện sau khi hành động ở Động từ₁ đã kết thúc. Vì thế Động từ₁ là tiền đề để thực hiện Động từ₂ và thường được nói như là hành động mang tính chuẩn bị. Thời của câu do thời của động từ cuối cùng quyết định.

⑨ お金を 入れてから、ボタンを 押して ください。
　　Sau khi cho tiền vào, hãy ấn nút.

Và chủ ngữ của "Động từ thể てから" được biểu thị bởi trợ từ が.

⑩ もう 昼ごはんを 食べましたか。
……この 仕事が 終わってから、食べます。
Anh/chị đã ăn cơm trưa chưa?
…Sau khi làm xong việc này tôi sẽ ăn.

3. Danh từ₁ は Danh từ₂ が Tính từ

Mẫu câu này dùng để biểu thị chủ đề (Danh từ₁) mang tính chất "Danh từ₂ が Tính từ".

⑪ 大阪は 食べ物が おいしいです。　　Món ăn ở Osaka ngon.
⑫ ドイツの フランケンは ワインが 有名です。
Rượu vang ở vùng Franken của Đức nổi tiếng.
⑬ マリアさんは 髪が 長いです。　　Chị Maria tóc dài.

4. Danh từ を Động từ

Các động từ như でます, おります được dùng kèm với trợ từ を. Trợ từ を này biểu thị khởi điểm, điểm xuất phát.

⑭ 7時に うちを 出ます。　　Tôi (sẽ) ra khỏi nhà lúc 7 giờ.
⑮ 梅田で 電車を 降りました。　　Tôi đã xuống tàu (điện) ở Umeda.

5. どうやって

どうやって dùng để hỏi về trình tự đường đi hoặc cách làm một việc gì đó.

⑯ 大学まで どうやって 行きますか。　　Chúng ta đến trường bằng cách nào?
……京都駅から 16番の バスに 乗って、大学前で 降ります。
…Chúng ta lên xe buýt số 16 từ ga Kyoto, rồi xuống ở điểm đỗ Daigaku-mae.

6. どれ／どの Danh từ

どれ là nghi vấn từ dùng để hỏi khi muốn xác định một đối tượng nào đó trong một nhóm gồm ba đối tượng cụ thể trở lên.

⑰ ミラーさんの 傘は どれですか。　　Cái ô của anh Miller là cái nào?
……あの 青い 傘です。　　…Là cái ô màu xanh da trời.

どれ không thể dùng trực tiếp bổ ngữ cho danh từ. Trường hợp dùng bổ ngữ cho danh từ thì dùng どの.

⑱ サントスさんは どの 人ですか。　　Anh Santos là người nào?
……あの 背が 高くて、髪が 黒い 人です。
…Là người cao, tóc đen.

Bài 17

I. Từ vựng

おぼえます II	覚えます	nhớ
わすれます II	忘れます	quên
なくします I		làm mất, đánh mất
はらいます I	払います	trả tiền
かえします I	返します	trả lại
でかけます II	出かけます	ra ngoài
ぬぎます I	脱ぎます	cởi (quần áo, giày, v.v.)
もって いきます I	持って 行きます	mang đi, mang theo
もって きます III	持って 来ます	mang đến
しんぱいします III	心配します	lo lắng
ざんぎょうします III	残業します	làm thêm giờ
しゅっちょうします III	出張します	đi công tác
のみます I [くすりを〜]	飲みます [薬を〜]	uống [thuốc]
はいります I [おふろに〜]	入ります	tắm bồn
たいせつ[な]	大切[な]	quan trọng, quý giá
だいじょうぶ[な]	大丈夫[な]	không sao, không có vấn đề gì
あぶない	危ない	nguy hiểm
きんえん	禁煙	cấm hút thuốc
[けんこう]ほけんしょう	[健康]保険証	thẻ bảo hiểm [y tế]
ねつ	熱	sốt
びょうき	病気	ốm, bệnh
くすり	薬	thuốc
[お]ふろ		bồn tắm
うわぎ	上着	áo khoác
したぎ	下着	quần áo lót

2、3にち	2、3日	2, 3 ngày/vài ngày
2、3〜		2, 3 〜/vài 〜 ("〜" là hậu tố đếm)
〜までに		trước 〜, cho đến trước 〜 (chỉ giới hạn thời gian)
ですから		vì thế, vì vậy, do đó

〈会話〉

どう しましたか。	Có vấn đề gì?/ Anh/Chị bị làm sao? (cách bác sĩ hỏi bệnh nhân)
のど	họng
[〜が] 痛いです。	Tôi bị đau [〜].
かぜ	cảm, cúm
それから	và, sau đó
お大事に。	Anh/Chị nhớ giữ gìn sức khỏe. (câu nói với người bị ốm hoặc bị bệnh)

II. Phần dịch

Mẫu câu

1. Làm ơn không chụp ảnh.
2. Anh/Chị phải trình hộ chiếu.
3. Chủ nhật tôi không phải dậy sớm.

Ví dụ

1. Xin đừng đỗ xe ô tô ở đó.
   ⋯Xin lỗi.
2. Đã 12 giờ rồi đấy. Chị về một mình có ổn không đấy?
   ⋯Vâng, anh đừng lo. Tôi sẽ đi về bằng tắc-xi.
3. Tối nay chúng ta đi uống rượu đi?
   ⋯Xin lỗi. Từ ngày mai tôi phải đi công tác Hồng Kông rồi nên tôi sẽ về nhà sớm.
4. Trẻ con cũng phải trả tiền ạ?
   ⋯Không, không phải trả.
5. Bài báo cáo phải nộp trước khi nào ạ?
   ⋯Anh hãy nộp trước thứ sáu.

Hội thoại

Ông bị làm sao?

Bác sĩ: Ông bị làm sao?
Matsumoto: Từ hôm qua họng tôi bị đau, và người hơi sốt.
Bác sĩ: Thế à. Ông há miệng ra.
....
Bác sĩ: Ông bị cảm rồi. Ông hãy nghỉ ngơi vài hôm.
Matsumoto: Thưa bác sĩ, ngày mai tôi phải đi công tác ở Tokyo.
Bác sĩ: Thế thì hôm nay ông hãy uống thuốc, và đi ngủ sớm.
Matsumoto: Vâng.
Bác sĩ: Thêm nữa, hôm nay ông đừng tắm nhé.
Matsumoto: Vâng, tôi hiểu rồi ạ.
Bác sĩ: Ông nhớ giữ gìn sức khỏe.
Matsumoto: Cám ơn bác sĩ.

III. Từ và thông tin tham khảo

からだ びょうき
体・病気   CƠ THỂ & CÁC LOẠI BỆNH

どう しましたか。   Anh/Chị bị làm sao?

頭が 痛い	đau đầu
おなかが 痛い	đau bụng
歯が 痛い	đau răng
熱が あります	bị sốt
せきが 出ます	ho
鼻水が 出ます	chảy nước mũi, sổ mũi
血が 出ます	chảy máu
吐き気が します	buồn nôn
寒気が します	gai người, ớn lạnh
めまいが します	chóng mặt
下痢を します	ỉa chảy
便秘を します	táo bón
けがを します	bị thương
やけどを します	bị bỏng
食欲が ありません	không muốn ăn
肩が こります	đau vai, mỏi vai
体が だるい	mỏi người
かゆい	ngứa

かお、あたま、め、はな、かみ、くち、みみ、あご、のど、くび、ゆび、むね、かた、て、ひじ、うで、せなか、つめ、ひざ、おなか、こし、ほね、あし、しり

ぎっくり腰	trật đốt sống, trẹo hông
ねんざ	bong gân
骨折	gãy xương
二日酔い	dư vị khó chịu trong ngày tiếp theo sau khi uống quá rượu

かぜ	cảm, cúm
インフルエンザ	cúm (dịch)
盲腸	ruột thừa

17

IV. Giải thích ngữ pháp

1. **Thể ない của động từ**

   Thể kết hợp của động từ với ない thì ta gọi là thể ない (của động từ). Ví dụ như かか trong かかない. Cách tạo thể ない từ thể ます theo từng nhóm động từ như sau. (xem phần luyện tập A1, Bài 17 của Quyển chính)

   1) Động từ nhóm I

      Âm cuối cùng của thể ます thuộc hàng い, và chúng ta chỉ cần đổi âm này sang âm thuộc hàng あ. Tuy nhiên, đối với những động từ có âm cuối cùng của thể ます là nguyên âm い (ví dụ かいます, あいます, v.v.) thì chúng ta không đổi thành あ mà thành わ.

      かき－ます → かか－ない　　　いそぎ－ます → いそが－ない
      よみ－ます → よま－ない　　　あそび－ます → あそば－ない
      とり－ます → とら－ない　　　まち－ます → また－ない
      すい－ます → すわ－ない　　　はなし－ます → はなさ－ない

   2) Động từ nhóm II

      Hình thức biến đổi giống với thể ます.

      たべ－ます → たべ－ない
      　み－ます → 　み－ない

   3) Động từ nhóm III

      べんきょうし－ます → べんきょうし－ない
      　　　し－ます → 　　　し－ない
      　　　き－ます → 　　　こ－ない

2. **Động từ (thể ない) ないで ください**　　không ~/(xin) đừng ~

   Mẫu câu này dùng khi muốn yêu cầu hoặc chỉ thị ai đừng làm việc gì đó.

   ① ここで 写真を 撮らないで ください。　　Không chụp ảnh ở đây.

   Và cũng có thể dùng cách nói này để nói ai đó không cần thiết phải (làm) như vậy.

   ② わたしは 元気ですから、心配しないで ください。
   　Tôi khỏe nên anh/chị đừng lo lắng.

3. **Động từ (thể ない) なければ なりません**　　phải ~

   Mẫu câu này biểu thị việc phải làm. Lưu ý đây không phải là câu phủ định.

   ③ 薬を 飲まなければ なりません。　　Tôi phải uống thuốc.

4. **Động từ (thể ない) なくても いいです**　　không cần phải ~

   Mẫu câu này biểu thị rằng không cần thiết phải làm một việc gì đó.

   ④ あした 来なくても いいです。　　Ngày mai anh/chị không cần phải đến.

5. **Chủ đề hóa tân ngữ**

   Khi muốn đưa danh từ (tân ngữ trực tiếp) trong cụm "Danh từ を Động từ" ra làm chủ đề trình bày thì chúng ta thay trợ từ を bằng trợ từ は và đưa danh từ đó ra đầu câu.

   ここに 荷物を 置かないで ください。　　Xin đừng để hành lý ở đây.

   荷物をは ここに 置かないで ください。

   ⑤ 荷物は ここに 置かないで ください。　　Hành lý thì xin đừng để ở đây.

   会社の 食堂で 昼ごはんを 食べます。

   Tôi ăn cơm trưa ở nhà ăn của công ty.

   昼ごはんをは 会社の 食堂で 食べます。

   ⑥ 昼ごはんは 会社の 食堂で 食べます。

   Cơm trưa thì tôi ăn ở nhà ăn của công ty.

6. **Danh từ (thời gian) までに Động từ**

   Mẫu câu này biểu thị thời hạn của động tác hay sự việc.

   ⑦ 会議は ５時までに 終わります。　　　　Cuộc họp sẽ kết thúc trước 5 giờ.
   ⑧ 土曜日までに 本を 返さなければ なりません。

   　　Anh/Chị phải trả sách trước ngày thứ bảy.

   [Chú ý] Trợ từ まで mà chúng ta đã học ở Bài 4 biểu thị điểm kết thúc của một hành động diễn ra liên tục. Vì hình thức giống nhau nên cần chú ý tránh nhầm lẫn.

   ⑨ ５時まで 働きます。　　　　　　　　　Tôi làm việc đến 5 giờ.

Bài 18

I. Từ vựng

できますⅡ		có thể
あらいますⅠ	洗います	rửa
ひきますⅠ	弾きます	chơi (nhạc cụ, pianô, v.v.)
うたいますⅠ	歌います	hát
あつめますⅡ	集めます	sưu tầm, thu thập, tập hợp
すてますⅡ	捨てます	vứt, bỏ, bỏ đi
かえますⅡ	換えます	đổi, trao đổi
うんてんしますⅢ	運転します	lái
よやくしますⅢ	予約します	đặt chỗ, đặt trước
ピアノ		đàn pianô
－メートル		－ mét
げんきん	現金	tiền mặt
しゅみ	趣味	sở thích, thú vui
にっき	日記	nhật ký
おいのり	お祈り	việc cầu nguyện (～を します : cầu nguyện)
かちょう	課長	tổ trưởng
ぶちょう	部長	trưởng phòng
しゃちょう*	社長	giám đốc
どうぶつ	動物	động vật
うま	馬	ngựa
インターネット		In-tơ-nét, Internet

〈会話〉

特(とく)に	đặc biệt là
へえ	Thế á! (dùng để biểu thị sự ngạc nhiên)
それは おもしろいですね。	(Điều đấy/Cái đấy) hay thật nhỉ.
なかなか	khó mà, mãi mà (dùng với thể phủ định)
ほんとうですか。	Thật không ạ?
ぜひ	nhất định

故郷(ふるさと)	Furusato (tên một bài hát có nghĩa là "quê nhà")
ビートルズ	Beatles (một ban nhạc nổi tiếng nước Anh)
秋葉原(あきはばら)	một quận ở Tokyo

II. Phần dịch

Mẫu câu

1. Anh Miller có thể đọc chữ Hán.
2. Sở thích của tôi là xem phim.
3. Trước khi đi ngủ, tôi viết nhật ký.

Ví dụ

1. Anh/Chị biết lái xe không?
   ···Có, tôi biết lái.
2. Chị Maria có biết đi xe đạp không?
   ···Không, tôi không biết.
3. Lâu đài Osaka có thể thăm quan đến mấy giờ?
   ···Đến 5 giờ.
4. Tôi có thể trả bằng thẻ được không?
   ···Xin lỗi, xin anh/chị hãy trả bằng tiền mặt.
5. Sở thích của anh/chị là gì?
   ···Là sưu tầm đồng hồ cũ.
6. Trẻ em Nhật có phải nhớ chữ Hiragana trước khi đến trường không?
   ···Không, không bắt buộc phải nhớ.
7. Anh/Chị hãy uống thuốc này trước bữa ăn.
   ···Vâng, tôi biết rồi.
8. Anh/Chị lập gia đình bao giờ?
   ···Tôi lập gia đình cách đây 3 năm.

Hội thoại

Sở thích của anh là gì?

Yamada: Sở thích của anh Santos là gì?
Santos: Là chụp ảnh.
Yamada: Anh chụp ảnh gì?
Santos: Ảnh động vật. Đặc biệt tôi rất thích ngựa.
Yamada: Thế à. Thú vị nhỉ.
   Từ khi anh đến Nhật, anh đã chụp ảnh ngựa chưa?
Santos: Chưa ạ.
   Ở Nhật khó mà có cơ hội để xem ngựa.
Yamada: Ở Hokkaido có rất nhiều ngựa đấy.
Santos: Thật không ạ?
   Thế thì nghỉ hè nhất định tôi phải đi.

III. Từ và thông tin tham khảo

動き　ĐỘNG TÁC

飛ぶ bay	跳ぶ nhảy	登る leo	走る chạy
泳ぐ bơi	もぐる lặn	飛び込む nhảy xuống	逆立ちする lộn ngược, trồng cây chuối
はう bò	ける đá	振る vẫy	持ち上げる nâng, nhấc
投げる ném	たたく đấm, đập, vỗ	引く kéo	押す đẩy
曲げる uốn, gập, bẻ cong	伸ばす duỗi thẳng, kéo dài ra	転ぶ ngã	振り向く ngoảnh lại

IV. Giải thích ngữ pháp

1. Thể nguyên dạng của động từ

Thể này là thể cơ bản của động từ, và là thể được viết trong từ điển. Cách tạo thể nguyên dạng từ thể ます theo từng nhóm động từ như sau. (xem phần luyện tập A1, Bài 18 của Quyển chính)

1) Động từ nhóm I

Âm cuối cùng của thể ます thuộc hàng い, và chúng ta chỉ cần đổi âm này sang âm thuộc hàng う.

かき－ます → かく	いそぎ－ます → いそぐ
よみ－ます → よむ	あそび－ます → あそぶ
とり－ます → とる	まち－ます → まつ
すい－ます → すう	はなし－ます → はなす

2) Động từ nhóm II

Thêm る vào sau thể ます.

たべ－ます → たべ－る
み－ます → み－る

3) Động từ nhóm III

Thể nguyên dạng của します là する, của きます là くる.

2.

| Danh từ | |
| Động từ thể nguyên dạng こと | } が できます   có thể ～

できます là động từ biểu thị việc gì đó có thể được làm bởi năng lực mà người đó có, hoặc một hành vi nào đó có khả năng thực hiện được do hoàn cảnh đó tạo ra. Dùng trợ từ が để biểu thị tân ngữ của できます, danh từ hoặc cụm "động từ thể nguyên dạng こと" để biểu thị nội dung của năng lực hoặc khả năng.

1) Trường hợp của danh từ

Những danh từ chỉ động tác hoặc hành vi (うんてん, かいもの, スキー, ダンス, v.v.) được sử dụng. Và, những danh từ biểu thị kỹ năng như にほんご, ピアノ cũng được sử dụng.

① ミラーさんは 日本語が できます。   Anh Miller có thể nói tiếng Nhật.
② 雪が たくさん 降りましたから、ことしは スキーが できます。
   Vì tuyết rơi nhiều nên năm nay có thể trượt tuyết.

2) Trường hợp của động từ

Khi muốn nói một hành vi nào đó có khả năng thực hiện được thì chúng ta thêm こと vào sau động từ ở thể nguyên dạng để chuyển nó thành danh ngữ, rồi tiếp tục thêm vào sau nó が できます.

③ ミラーさんは 漢字を 読む ことが できます。   Anh Miller có thể đọc tiếng Hán.
         (danh ngữ)
④ カードで 払う ことが できます。   Có thể trả tiền bằng thẻ.
     (danh ngữ)

3. | わたしの 趣味は { Danh từ / Động từ thể nguyên dạng こと } です   Sở thích của tôi là ~

   ⑤ わたしの 趣味は 音楽です。   Sở thích của tôi là âm nhạc.

   Khi dùng danh ngữ "động từ thể nguyên dạng こと" thì chúng ta có thể diễn đạt cụ thể hơn nội dung của sở thích.

   ⑥ わたしの 趣味は 音楽を 聞く ことです。   Sở thích của tôi là nghe nhạc.

4. | Động từ₁ thể nguyên dạng / Danh từ の / Số lượng từ (thời gian) } まえに、Động từ₂   Trước (khi) ~

   1) Trường hợp của động từ

   Mẫu câu này biểu thị rằng động từ₂ xảy ra trước Động từ₁. Chú ý là cho dù thời của câu (thời của Động từ₂) có ở thời quá khứ hoặc phi quá khứ thì Động từ₁ luôn ở thể nguyên dạng.

   ⑦ 日本へ 来る まえに、日本語を 勉強しました。
   Trước khi đến Nhật tôi đã học tiếng Nhật.

   ⑧ 寝る まえに、本を 読みます。   Trước khi đi ngủ, tôi đọc sách.

   2) Trường hợp của danh từ

   Thêm の vào sau danh từ. Những danh từ chỉ động tác hoặc hành vi được sử dụng.

   ⑨ 食事の まえに、手を 洗います。   Trước bữa ăn, tôi rửa tay.

   3) Trường hợp của số lượng từ (thời gian)

   Chú ý không thêm の vào sau số lượng từ (thời gian)

   ⑩ 田中さんは 1時間まえに、出かけました。
   Anh Tanaka đã đi ra ngoài cách đây 1 tiếng.

5. なかなか

   なかなか đi kèm với thể phủ định để biểu thị ý nghĩa "không dễ gì" hoặc "không đúng như điều kỳ vọng".

   ⑪ 日本では なかなか 馬を 見る ことが できません。
   Ở Nhật khó mà có cơ hội để thấy ngựa.

   [Chú ý] Câu ví dụ ⑪ (xem phần hội thoại, Bài 18, của Quyển chính) là câu đưa にほんで lên đầu câu làm chủ đề. Như vậy, khi muốn đưa danh từ đi cùng trợ từ で lên làm chủ đề thì dùng thành danh từ では. (xem phần Column 1 về trường hợp đưa các từ đi cùng những trợ từ khác が, を lên làm chủ đề.)

6. ぜひ

   Từ này được dùng kèm với biểu hiện chỉ nguyện vọng của người nói để nhấn mạnh ý nghĩa đó.

   ⑫ ぜひ 北海道へ 行きたいです。   Tôi rất muốn đi Hokkaido.

   ⑬ ぜひ 遊びに 来て ください。   Nhất định anh/chị phải đến chơi nhé.

Bài 19

I. Từ vựng

のぼります I	登ります、上ります	leo (núi), lên
とまります I ［ホテルに～］	泊まります	trọ [ở khách sạn]
そうじします III	掃除します	dọn vệ sinh (căn phòng)
せんたくします III	洗濯します	giặt (áo quần)
なります I		trở thành, trở nên
ねむい	眠い	buồn ngủ
つよい	強い	mạnh
よわい*	弱い	yếu
れんしゅう	練習	sự luyện tập (～[を] します: luyện tập)
ゴルフ		gôn (～を します: chơi gôn)
すもう	相撲	môn vật Sumo (～を します: đấu vật Sumo)
おちゃ	お茶	trà đạo
ひ	日	ngày
ちょうし	調子	tình trạng, trạng thái
いちど	一度	một lần
いちども	一度も	chưa lần nào, chưa bao giờ (dùng với thể phủ định)
だんだん		dần dần
もうすぐ		sắp, sắp sửa
おかげさまで		Cám ơn anh/chị, nhờ anh/chị mà ～. (dùng để bày tỏ sự cám ơn khi nhận được sự giúp đỡ của ai đó)
でも		nhưng

《会話》

乾杯 — Cạn chén!/Nâng cốc!

ダイエット — việc ăn kiêng, chế độ giảm cân (〜を します: ăn kiêng)

無理[な] — không thể, quá sức

体に いい — tốt cho sức khỏe

....

東京スカイツリー — Tokyo Sky Tree (tháp truyền hình có đài ngắm cảnh ở Tokyo)

葛飾北斎 — một họa sĩ nổi tiếng thời Edo (1760-1849)

II. Phần dịch

Mẫu câu

1. Tôi đã từng xem vật Sumo.
2. Ngày nghỉ thì tôi chơi quần vợt, đi dạo bộ, v.v..
3. Từ bây giờ trở đi trời sẽ ấm dần lên.

Ví dụ

1. Anh/Chị đã từng đi Hokkaido bao giờ chưa?
   ⋯Rồi, tôi đã đi một lần. Hai năm trước tôi đã đi cùng với bạn.
2. Anh/Chị đã từng cưỡi ngựa bao giờ chưa?
   ⋯Chưa, tôi chưa cưỡi ngựa lần nào cả. Tôi rất muốn cưỡi thử.
3. Nghỉ đông anh/chị đã làm gì?
   ⋯Tôi đã đi thăm chùa, đền thờ đạo thần ở Kyoto, liên hoan cùng bạn bè, v.v..
4. Anh/Chị muốn làm gì ở Nhật?
   ⋯Tôi muốn đi du lịch, học Trà đạo, v.v..
5. Anh/Chị thấy trong người thế nào?
   ⋯Cám ơn, tôi đã khỏe rồi.
6. Tiếng Nhật của anh/chị khá lên nhỉ.
   ⋯Xin cám ơn. Nhưng tôi vẫn còn phải cố gắng nhiều.
7. Sau này, em muốn làm nghề gì Teresa?
   ⋯Em muốn trở thành bác sĩ.

Hội thoại

Tôi sẽ bắt đầu chế độ giảm cân từ ngày mai vậy

Mọi người:	Cạn chén!

....

Matsumoto Yoshiko:	Chị Maria không ăn mấy nhỉ.
Maria:	Vâng. Từ hôm qua tôi bắt đầu chế độ ăn kiêng.
Matsumoto Yoshiko:	Thế à. Tôi cũng đã từng thực hiện chế độ ăn kiêng.
Maria:	Chế độ ăn kiêng của chị như thế nào ạ?
Matsumoto Yoshiko:	Chẳng hạn như mỗi ngày chỉ ăn táo, uống nhiều nước.
	Nhưng chế độ ăn kiêng mà quá thì không tốt cho cơ thể đâu nhỉ.
Maria:	Đúng thế ạ.
Matsumoto Yoshiko:	Chị Maria, kem này ngon đấy.
Maria:	Thế ạ.
	...Thế thì tôi sẽ bắt đầu chế độ ăn kiêng từ ngày mai vậy.

III. Từ và thông tin tham khảo

伝統文化・娯楽　VĂN HÓA TRUYỀN THỐNG & GIẢI TRÍ

茶道 (お茶) Trà đạo	華道 (生け花) nghệ thuật Cắm hoa	書道 Thư pháp
歌舞伎 kịch Kabuki	能 kịch Nou	文楽 nghệ thuật Bunraku
相撲 vật Sumo	柔道 Judo	剣道 Kiếm đạo
空手 Karate	漫才・落語 hài・nghệ thuật kể chuyện	囲碁・将棋 Cờ vây・Cờ tướng
パチンコ trò chơi Pachinko	カラオケ Karaoke	盆踊り múa Bon

IV. Giải thích ngữ pháp

1. Thể た của động từ

Hình thức biến đổi của động từ kết thúc bằng た hoặc だ được gọi là thể た. Tạo thể た bằng cách thay て, で của thể て bằng た, だ tương ứng. (xem phần luyện tập A1, Bài 19 của Quyển chính).

Thể て → Thể た
かいて → かいた
のんで → のんだ
たべて → たべた
きて → きた
して → した

2. | Động từ thể た ことが あります | đã từng ~

Đây là cách nói dùng khi (tại thời điểm nói) muốn nói về một việc đã làm trong quá khứ như là một kinh nghiệm đã trải qua.

① 馬に 乗った ことが あります。　　　Tôi đã từng cưỡi ngựa.

Lưu ý rằng khi chỉ đơn thuần diễn đạt về một việc gì đó đã làm tại một thời điểm trong quá khứ thì chúng ta chỉ dùng thể quá khứ.

② 去年 北海道で 馬に 乗りました。　　Năm ngoái tôi cưỡi ngựa ở Hokkaido.

3. | Động từ₁ thể たり、Động từ₂ thể たり します | Động từ₁, Động từ₂, v.v.

Khi muốn nêu ra một vài danh từ đại diện (từ hai trở lên) thì chúng ta dùng trợ từ や, còn khi muốn nêu ra một vài động từ đại diện thì chúng ta dùng mẫu câu này. Thời (của câu) được biểu thị ở cuối câu.

③ 日曜日は テニスを したり、映画を 見たり します。

　　Chủ nhật tôi chơi quần vợt, xem phim, v.v..

④ 日曜日は テニスを したり、映画を 見たり しました。

　　Chủ nhật tôi đã chơi quần vợt, xem phim, v.v..

[Chú ý] Cần lưu ý rằng cách nói này khác với cách nói "Động từ₁ thể て、[Động từ₂ thể て、] Động từ₃" mà chúng ta đã học ở Bài 16. Cách nói "Động từ₁ thể て、[Động từ₂ thể て、] Động từ₃" là để biểu đạt từ hai động tác (hành động) trở lên xảy ra liên tiếp nhau theo đúng tuần tự của nó.

⑤ 日曜日は テニスを して、映画を 見ました。

　　Chủ nhật tôi chơi quần vợt rồi xem phim.

Còn giữa những động tác (hành động) được nêu ra bởi cách nói "Động từ₁ thể たり、Động từ₂ thể たり します" thì không có mối liên hệ nào về mặt trình tự thời gian. Vì là mẫu câu dùng để nêu ra các động tác (hành động) mang tính đại diện nên sẽ là không tự nhiên khi dùng mẫu câu này để nói về các động tác luôn thực hiện hàng ngày (thức dậy, ăn cơm, đi ngủ, v.v.).

4.

Tính từ đuôi い (～い̸) → ～く		
Tính từ đuôi な [な̸] → ～に	なります	Trở nên/trở thành ~
Danh từ に		

なります biểu thị sự thay đổi về trạng thái.

⑥ 寒い → 寒く なります　　　trở nên lạnh
⑦ 元気[な] → 元気に なります　　trở nên khỏe/khỏe lên
⑧ 25歳 → 25歳に なります　　sang tuổi 25

123

Bài 20

I. Từ vựng

いります I [ビザが～]	要ります	cần [thị thực/visa]
しらべます II	調べます	tìm hiểu, kiểm tra, điều tra
しゅうりします III	修理します	sửa chữa, tu sửa
ぼく	僕	tôi, tớ (cách xưng thân mật của わたし được dùng bởi nam giới)
きみ*	君	cậu, bạn (cách nói thân mật của あなた được dùng cho người ngang hàng hoặc ít tuổi hơn)
～くん	～君	anh ～, cậu ～ (cách nói thân mật của ～さん được dùng cho người ngang hàng hoặc ít tuổi hơn; thường được dùng sau tên bé trai)
うん		ừ (cách nói thân mật của はい)
ううん		không (cách nói thân mật của いいえ)
ことば		từ, tiếng
きもの	着物	kimono (trang phục truyền thống của Nhật Bản)
ビザ		thị thực, visa
はじめ	初め	ban đầu, đầu tiên
おわり	終わり	kết thúc, hết phim
こっち*		phía này, chỗ này (cách nói thân mật của こちら)
そっち		phía đó, chỗ đó (cách nói thân mật của そちら)
あっち*		phía kia, chỗ kia (cách nói thân mật của あちら)
どっち		cái nào (giữa hai cái), phía nào, đâu (cách nói thân mật của どちら)
みんなで		mọi người cùng
～けど		～, nhưng (cách nói thân mật của が)
おなかが いっぱいです		(Tôi) no rồi

〈会話〉
よかったら　　　　　　　　　nếu anh/chị thích thì
いろいろ　　　　　　　　　　nhiều thứ

II. Phần dịch

Mẫu câu

1. Anh Santos đã không đến dự tiệc.
2. Tokyo rất đông người.
3. Biển ở Okinawa đẹp.
4. Hôm nay là sinh nhật tôi.

Ví dụ

1. Anh/Chị có ăn kem không?
   ⋯Có, tôi có ăn.
2. Ở đó có kéo không?
   ⋯Không, không có.
3. Hôm qua anh/chị có gặp chị Kimura không?
   ⋯Không, (tôi) không gặp.
4. Món ca-ri đó có ngon không?
   ⋯Có, tuy hơi cay nhưng ngon.
5. Ngày mai (cả nhóm) chúng mình đi Kyoto không?
   ⋯Ừ, được đấy.
6. Anh/chị muốn ăn gì?
   ⋯Bây giờ tôi no lắm nên chẳng muốn ăn gì cả.
7. Bây giờ anh/chị có rỗi không?
   ⋯Có, rỗi. Có gì không?
   Giúp tôi một chút.
8. Anh/Chị có từ điển không?
   ⋯Không, tôi không có.

Hội thoại

Đi cùng với mình không?

Kobayashi: Nghỉ hè cậu có về nước không?
Thawaphon: Không. Tớ muốn về nhưng....
Kobayashi: Thế à.
 Thawaphon này, cậu đã leo núi Phú Sĩ bao giờ chưa?
Thawaphon: Tớ chưa.
Kobayashi: Nếu thế thì cậu có đi cùng với mình không?
Thawaphon: Ừ. Khoảng khi nào?
Kobayashi: Khoảng đầu tháng 8, cậu thấy thế nào?
Thawaphon: Được đấy.
Kobayashi: Thế thì tớ sẽ tìm hiểu thông tin rồi sẽ điện thoại cho cậu.
Thawaphon: Cám ơn. Tớ chờ liên lạc của cậu.

III. Từ và thông tin tham khảo

人の 呼び方　　CÁCH XƯNG HÔ

"Taro ơi! Hanako ơi!"

"Bố nó ơi, hôm này là sinh nhật của Taro đấy."

Trong gia đình thì mọi người gọi nhau theo cách xưng hô của người nhỏ tuổi nhất. Bố mẹ gọi con trai và con gái là おにいちゃん(anh trai), おねえちゃん(chị gái). Tức là bố mẹ đặt mình ở địa vị em út để xưng hô.

Ngoài ra, trước mặt con cái thì chồng gọi vợ là おかあさん(mẹ), hoặc ママ(mama), còn vợ gọi chồng là おとうさん(bố) hoặc パパ(papa). Tuy nhiên cách xưng hô này ngày một ít dần đi. Gần đây cách gọi dùng tên phổ biến nhiều lên.

"Anh ơi, cho em xin chữ ký ạ."

"Thưa quý khách, rất vừa đấy ạ."

"Thưa bác sĩ, tôi bị đau bụng."

Trong công ty thì mọi người gọi nhau theo chức danh. Ví dụ cấp dưới gọi cấp trên bằng chức danh. Nhân viên bán hàng gọi khách hàng là おきゃくさま(quý khách, quý ông, quý bà). Bác sĩ được bệnh nhân gọi là せんせい(thầy).

IV. Giải thích ngữ pháp

1. Thể lịch sự và thể thông thường

Câu văn của tiếng Nhật có hai thể là thể lịch sự và thể thông thường.

Thể lịch sự	Thể thông thường
あした 東京へ 行きます。 Ngày mai tôi đi Tokyo.	あした 東京へ 行く。 Ngày mai tôi đi Tokyo.
毎日 忙しいです。 Hàng ngày tôi bận.	毎日 忙しい。 Hàng ngày tôi bận.
相撲が 好きです。 Tôi thích sumo.	相撲が 好きだ。 Tôi thích sumo.
富士山に 登りたいです。 Tôi muốn leo núi Phú Sĩ.	富士山に 登りたい。 Tôi muốn leo núi Phú Sĩ.
ドイツへ 行った ことが ありません。 Tôi chưa từng đi Đức.	ドイツへ 行った ことが ない。 Tôi chưa từng đi Đức.

Gọi dạng có です, ます được dùng trong câu văn ở thể lịch sự là "dạng lịch sự", còn dạng được dùng ở trong câu văn ở thể thông thường là "dạng thông thường". (xem phần luyện tập A1, Bài 20 của Quyển chính)

2. Phân biệt thể lịch sự và thể thông thường

1) Khi hội thoại

Thể lịch sự dùng với người lần đầu gặp, người lớn tuổi hơn, hoặc người cùng tuổi nhưng không thân lắm.

Còn thể thông thường dùng trong hội thoại với bạn thân, đồng nghiệp, gia đình.

Nếu chúng ta dùng thể thông thường cho nhầm đối tượng sẽ dẫn đến thất lễ cho nên cần phải chú ý đối tượng giao tiếp khi dùng thể thông thường.

2) Khi viết

Nhìn chung, thư từ thường được viết bằng thể lịch sự. Luận văn, báo cáo, nhật ký, v.v. thì được viết bằng thể thông thường.

3. Hội thoại dùng thể thông thường

1) Nhìn chung, trong câu nghi vấn ở thể thông thường thì không sử dụng trợ từ か ở cuối câu, mà từ ở cuối sẽ được nói lên giọng như のむ(↗), のんだ(↗).

① コーヒーを 飲む？(↗)　　　(Anh/Chị) có uống cà-phê không?
……うん、飲む。(↘)　　　…Có, tôi uống.

2) Trong câu nghi vấn danh từ hoặc tính từ đuôi な thì từ thể thông thường của です là だ sẽ bị lược bỏ. Trong câu trả lời ở thể khẳng định thì nếu dùng だ để nói dứt khoát sẽ tạo cảm giác nặng nề, nên hoặc là nó sẽ bị lược bỏ, hoặc là thêm vào sau nó trợ từ cuối câu để làm cho sắc thái câu văn mềm mại hơn.

 ② 今晩　暇？　　　　　　　　　　　Tối nay (anh/chị) có rỗi không?
  ……うん、暇／暇だ／暇だよ。　　…Có, rỗi. (nam giới dùng)
  ……うん、暇／暇よ／暇だよ。　　…Có, rỗi. (nữ giới dùng)
  ……ううん、暇じゃ　ない。　　　…Không, không rỗi.

3) Trong câu ở thể thông thường, nếu qua văn cảnh có thể hiểu được ý nghĩa thì các trợ từ nhiều khi được lược bỏ.

 ③　ごはん[を]　食べる？　　　　　(Anh/Chị) ăn cơm không?
 ④　あした　京都[へ]　行かない？
  Ngày mai (anh/chị) đi Kyoto với tôi không?
 ⑤　この　りんご[は]　おいしいね。　　Táo này ngon nhỉ!
 ⑥　そこに　はさみ[が]　ある？　　　Có chiếc kéo ở đấy không?

Tuy nhiên, các trợ từ như で, に, から, まで, と, v.v. thì không thể lược bỏ vì nếu lược bỏ chúng câu sẽ không rõ nghĩa.

4) Trong câu ở thể thông thường thì い trong "động từ thể て いる" nhiều khi cũng bị lược bỏ.

 ⑦　辞書、持って[い]る？　　　　　(Anh/Chị) có từ điển không?
  ……うん、持って[い]る。　　　…Có, tôi có (từ điển).
  ……ううん、持って[い]ない。　　…Không, tôi không có (từ điển).

5) けど

けど có chức năng giống が, và được dùng nhiều trong hội thoại.

 ⑧　その　カレー[は]　おいしい？　　Món cơm ca-ri đó có ngon không?
  ……うん、辛いけど、おいしい。　…Có, tuy hơi cay nhưng ngon.
 ⑨　相撲の　チケット[が]　あるけど、いっしょに　行かない？
  Tôi có vé xem sumo, (anh/chị) đi xem cùng với tôi không?
  ……いいね。　　　　　　　　　　…Hay quá nhỉ.

Bài 21

I. Từ vựng

おもいます I	思います	nghĩ
いいます I	言います	nói
かちます I	勝ちます	thắng
まけます II *	負けます	thua
あります I		[lễ hội] được tổ chức, diễn ra
[おまつりが～]	[お祭りが～]	
やくに たちます I	役に 立ちます	hữu ích, giúp ích
うごきます I	動きます	chuyển động, chạy
やめます II		bỏ, thôi [việc công ty]
[かいしゃを～]	[会社を～]	
きを つけます II	気を つけます	chú ý, bảo trọng
りゅうがくします III	留学します	du học
むだ[な]		lãng phí, vô ích
ふべん[な]	不便[な]	bất tiện
すごい		ghê quá, giỏi quá (dùng để bày tỏ sự ngạc nhiên hoặc thán phục)
ほんとう		sự thật
うそ*		sự giả dối, giả dối
じどうしゃ	自動車	ô tô, xe hơi
こうつう	交通	giao thông, đi lại
ぶっか	物価	giá cả, mức giá, vật giá
ほうそう	放送	phát, phát thanh
ニュース		tin tức, bản tin
アニメ		phim hoạt hình (Nhật Bản)
マンガ		truyện tranh
デザイン		thiết kế
ゆめ	夢	giấc mơ
てんさい	天才	thiên tài
しあい	試合	trận đấu (～を します: có trận đấu)

21

いけん	意見	ý kiến
はなし	話	câu chuyện, bài nói chuyện (～を します：nói chuyện)
ちきゅう	地球	trái đất
つき	月	mặt trăng, trăng
さいきん	最近	gần đây
たぶん		chắc, có thể
きっと		chắc chắn, nhất định
ほんとうに		thật sự
そんなに		(không) ~ lắm
～に ついて		về ~

〈会話〉

久しぶりですね。	Đã lâu không gặp anh/chị.
～でも 飲みませんか。	Anh/Chị uống ~ nhé?
もちろん	tất nhiên, dĩ nhiên
もう 帰らないと……。	Tôi phải về bây giờ không thì....

アインシュタイン	Albert Einstein (1879-1955)
ガガーリン	Yuri Alekseyevich Gagarin (1934-1968)
ガリレオ	Galileo Galilei (1564-1642)
キング牧師	mục sư Martin Luther King, Jr. (1929-1968)
フランクリン	Benjamin Franklin (1706-1790)
かぐや姫	công chúa Kaguya (nữ anh hùng trong truyện cổ tích dân gian "Taketori Monogatari" của Nhật Bản)
天神祭	Lễ hội Tenjin (một lễ hội ở Osaka)
吉野山	núi Yoshino (một ngọn núi ở tỉnh Nara)
カンガルー	con căng-gu-ru
キャプテン・クック	Thuyền trưởng Cook (James Cook 1728-1779)
ヨーネン	tên công ty giả định

21

II. Phần dịch

Mẫu câu

1. Tôi nghĩ ngày mai trời sẽ mưa.
2. Tôi đã nói với bố là tôi muốn đi du học.
3. Chắc là anh mệt lắm?

Ví dụ

1. Anh Miller ở đâu?
   ⋯Tôi nghĩ anh ấy đã về rồi.
2. Anh Miller có biết tin này không?
   ⋯Không, tôi nghĩ anh ấy không biết.
3. Công việc và gia đình, cái nào quan trọng hơn?
   ⋯Tôi nghĩ cái nào cũng quan trọng cả.
4. Anh/Chị nghĩ thế nào về Nhật Bản?
   ⋯Tôi nghĩ Nhật Bản giá cả đắt đỏ.
5. Các anh/chị có cầu nguyện trước bữa ăn không?
   ⋯Không, chúng tôi không cầu nguyện, nhưng chúng tôi nói "Itadakimasu".
6. Công chúa Kaguya đã nói "em phải trở về cung trăng".
   Và, cô ấy đã trở về cung trăng. Hết truyện.
   ⋯Hết á? Mẹ ơi, con cũng muốn đi cung trăng.
7. Trong cuộc họp anh/chị đã có phát biểu ý kiến gì không?
   ⋯Có. Tôi có nói rằng có nhiều bản copy lãng phí.
8. Tháng 7 ở Kyoto hình như có lễ hội phải không?
   ⋯Vâng, có ạ.

Hội thoại

Tôi cũng nghĩ như thế

Matsumoto: Ô, anh Santos, lâu rồi không gặp nhỉ.
Santos: Ô, anh Matsumoto, anh có khỏe không?
Matsumoto: Vâng. Anh có đi uống bia (hay gì đó) không?
Santos: Được đấy.
....
Santos: Tối nay từ 10 giờ có trận bóng đá Nhật-Braxin nhỉ.
Matsumoto: Ồ, đúng thế nhỉ.
  Anh Santos nghĩ bên nào sẽ thắng?
Santos: Tất nhiên là Braxin rồi.
Matsumoto: Ừ nhỉ. Thế nhưng gần đây Nhật cũng mạnh lên đấy chứ.
Santos: Vâng, tôi cũng nghĩ vậy nhưng….
  Ồ, tôi phải về rồi.
Matsumoto: Vâng. Chúng ta về thôi.

III. Từ và thông tin tham khảo

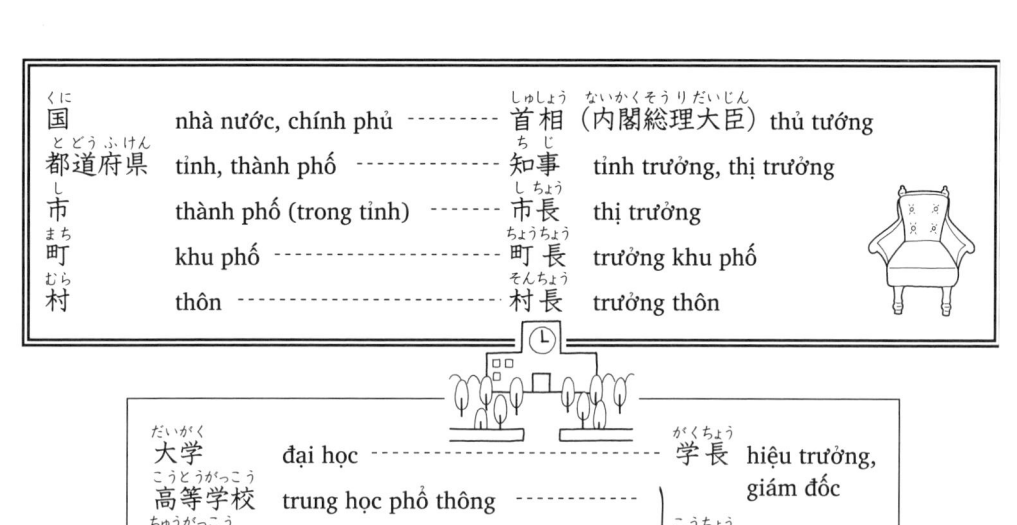

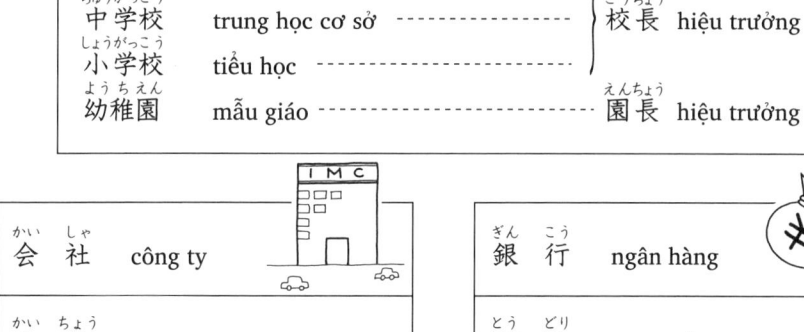

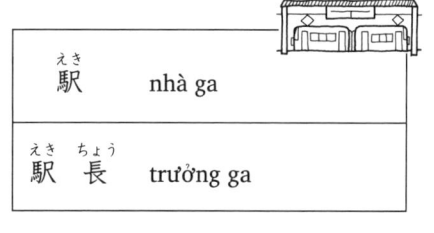

役職名（やくしょくめい）　CHỨC DANH

国（くに）	nhà nước, chính phủ	首相（しゅしょう）（内閣総理大臣 ないかくそうりだいじん）	thủ tướng
都道府県（とどうふけん）	tỉnh, thành phố	知事（ちじ）	tỉnh trưởng, thị trưởng
市（し）	thành phố (trong tỉnh)	市長（しちょう）	thị trưởng
町（まち）	khu phố	町長（ちょうちょう）	trưởng khu phố
村（むら）	thôn	村長（そんちょう）	trưởng thôn

大学（だいがく）	đại học	学長（がくちょう）	hiệu trưởng, giám đốc
高等学校（こうとうがっこう）	trung học phổ thông		
中学校（ちゅうがっこう）	trung học cơ sở	校長（こうちょう）	hiệu trưởng
小学校（しょうがっこう）	tiểu học		
幼稚園（ようちえん）	mẫu giáo	園長（えんちょう）	hiệu trưởng

会社（かいしゃ）	công ty
会長（かいちょう）	chủ tịch
社長（しゃちょう）	giám đốc điều hành
重役（じゅうやく）	thành viên ban quản trị
部長（ぶちょう）	trưởng phòng
課長（かちょう）	tổ trưởng

病院（びょういん）	bệnh viện
院長（いんちょう）	giám đốc bệnh viện
部長（ぶちょう）	trưởng phòng, trưởng khoa
看護師長（かんごしちょう）	y tá

銀行（ぎんこう）	ngân hàng
頭取（とうどり）	giám đốc
支店長（してんちょう）	trưởng chi nhánh, giám đốc chi nhánh

駅（えき）	nhà ga
駅長（えきちょう）	trưởng ga

警察（けいさつ）	cảnh sát
署長（しょちょう）	cảnh sát trưởng, trưởng đồn

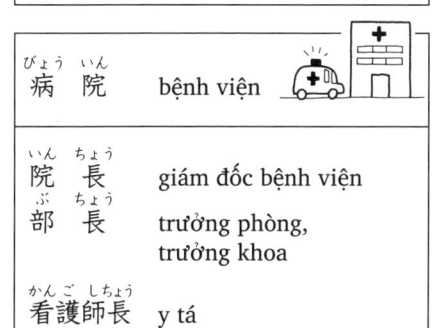

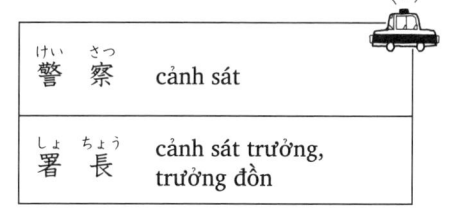

IV. Giải thích ngữ pháp

1. | Thể thông thường と 思います | Tôi nghĩ rằng ~

Chúng ta dùng trợ từ と để biểu thị nội dung suy nghĩ, phán đoán. Mẫu câu này có các cách dùng như sau:

1) Dùng để biểu thị sự phỏng đoán, phán đoán

① あした 雨が 降ると 思います。   Tôi nghĩ ngày mai trời sẽ mưa.
② テレーザちゃんは もう 寝たと 思います。
   Tôi nghĩ em Teresa đã ngủ rồi.

Khi nội dung phỏng đoán, phán đoán mang nghĩa phủ định thì chuyển phần ở trước と sang thể phủ định.

③ ミラーさんは この ニュースを 知って いますか。
   ……いいえ、知らないと 思います。
   Anh Miller có biết tin này không?
   …Không, tôi nghĩ anh ấy không biết.

2) Dùng để bày tỏ ý kiến

④ 日本は 物価が 高いと 思います。   Tôi nghĩ giá cả ở Nhật đắt đỏ.

Khi muốn hỏi ý kiến của ai đó về một điều gì đó thì dùng mẫu câu ~に ついて どう おもいますか, và chú ý không dùng と ở sau どう.

⑤ 新しい 空港に ついて どう 思いますか。
   ……きれいですが、ちょっと 交通が 不便だと 思います。
   Anh/chị nghĩ thế nào về sân bay mới?
   …Tôi nghĩ là đẹp nhưng đi lại hơi bất tiện.

Cách biểu thị sự đồng ý hoặc không đồng ý với ý kiến của người khác như sau.

⑥ ケータイは 便利ですね。   Điện thoại di động tiện lợi nhỉ.
   ……わたしも そう 思います。   …Tôi cũng nghĩ thế.

2. | "Câu" / Thể thông thường } と 言います | nói ~

Chúng ta dùng trợ từ と để biểu thị nội dung phát ngôn. Có hai cách như sau:

1) Khi trích dẫn trực tiếp thì chúng ta nói lại nguyên phần trích dẫn đó. Khi viết thì chúng ta cho nguyên phần trích dẫn đó vào trong 「　」.

⑦ 寝る まえに、「お休みなさい」と 言います。
   Trước khi đi ngủ chúng ta nói "Oyasuminasai".
⑧ ミラーさんは 「来週 東京へ 出張します」と 言いました。
   Anh Miller đã nói là "Tuần sau sẽ đi công tác ở Tokyo".

2) Khi nói nội dung mà người trích dẫn tóm tắt lại (trích dẫn gián tiếp) thì dùng thể thông thường ở trước と.

⑨ ミラーさんは 東京へ 出張すると 言いました。
   Anh Miller đã nói là anh ấy sẽ đi công tác ở Tokyo.

Thời của phần trích dẫn không phụ thuộc vào thời câu.

Và chúng ta dùng trợ từ に để biểu thị đối tượng của phát ngôn.

⑩ 父に 留学したいと 言いました。　　Tôi đã nói với bố là tôi muốn đi du học.

3.
Động từ Tính từ đuôi い	Thể thông thường	
Tính từ đuôi な Danh từ	Thể thông thường ～だ	でしょう？

　　　～, phải không?

Cách nói này được sử dụng khi kêu gọi sự đồng ý hay xác nhận sự đồng ý của người nghe. でしょう được nói với âm điệu lên cao giọng. Đứng trước でしょう là thể thông thường, trường hợp là tính từ đuôi な và danh từ thì sẽ là dạng không có だ.

⑪ あした パーティーに 行くでしょう？
　　Ngày mai chắc anh/chị sẽ đi dự tiệc, phải không?
　　……ええ、行きます。　　　　　　…Vâng, tôi sẽ đi.

⑫ 北海道は 寒かったでしょう？　　　Hokkaido chắc lạnh, phải không?
　　……いいえ、そんなに 寒くなかったです。…Không, không lạnh lắm.

4. Danh từ₁ (địa điểm) で Danh từ₂ が あります

Khi Danh từ₂ là danh từ chỉ các sự việc, sự kiện hoặc biến cố như bữa tiệc, buổi hòa nhạc, lễ hội, vụ án, thiên tai, v.v. thì あります được dùng với nghĩa là "được tổ chức", "diễn ra/xảy ra".

⑬ 東京で 日本と ブラジルの サッカーの 試合が あります。
　　Trận bóng đá Nhật-Braxin được tổ chức ở Tokyo.

5. Danh từ (tình huống) で

Chúng ta dùng で để biểu thị tình huống mà một việc gì đó xảy ra.

⑭ 会議で 何か 意見を 言いましたか。
　　Trong cuộc họp anh/chị đã có phát biểu ý kiến gì không?

6. Danh từ でも Động từ

Khi muốn đề nghị, đề xuất một cái gì đó, hoặc bày tỏ nguyện vọng với người khác, chúng ta dùng trợ từ でも để đưa ra một cái làm ví dụ chứ không giới hạn nó là một đối tượng nào cụ thể.

⑮ ちょっと ビールでも 飲みませんか。
　　Anh/Chị dùng một chút bia (hay gì đó) không?

7. Động từ (thể ない) ないと……

Đây là cách nói đã tỉnh lược đi phần いけません của mẫu câu "Động từ (thể ない) ないと いけません" (xem Bài 17). Mẫu câu "Động từ (thể ない) ないと いけません" có nghĩa gần giống với mẫu câu "Động từ (thể ない) なければ なりません" mà chúng ta đã học ở Bài 17.

⑯ もう 帰らないと……。　　　　　　Tôi phải về rồi ...

Bài 22

I. Từ vựng

きますⅡ	着ます	mặc (áo sơ mi, v.v.)
はきますⅠ		đi, mặc (giày, quần âu, v.v.)
かぶりますⅠ		đội (mũ, v.v.)
かけますⅡ		đeo [kính]
[めがねを～]	[眼鏡を～]	
しますⅢ		đeo [cà vạt]
[ネクタイを～]		
うまれますⅡ	生まれます	sinh ra
わたしたち		chúng tôi, chúng ta
コート		áo khoác
セーター		áo len
スーツ*		com-lê, vét
ぼうし	帽子	mũ
めがね	眼鏡	kính
ケーキ		bánh ngọt
[お]べんとう	[お]弁当	cơm hộp
ロボット		rô bốt
ユーモア		sự hài hước
つごう	都合	(sự) thích hợp
よく		thường, hay

〈練習C〉

えーと	ừ, à
おめでとう［ございます］。	Chúc mừng. (dùng để nói trong dịp sinh nhật, lễ cưới, năm mới, v.v.)

〈会話〉

お探しですか。	Anh/chị tìm ~ à?
では	Thế/Vậy (nhé)
こちら	đây, cái này (cách nói lịch sự của これ)
家賃	tiền thuê nhà
ダイニングキッチン	bếp kèm phòng ăn
和室	phòng kiểu Nhật
押し入れ	chỗ để chăn gối, đệm trong một căn phòng kiểu Nhật
布団	chăn, đệm kiểu Nhật

パリ	Pa-ri
万里の長城	Vạn Lý Trường Thành
みんなの アンケート	tiêu đề của bảng điều tra giả định

II. Phần dịch

Mẫu câu

1. Đây là cái bánh ngọt anh Miller làm.
2. Người ở đằng kia là anh Miller.
3. Tôi đã quên những từ học ngày hôm qua.
4. Tôi không có thời gian để đi mua sắm.

Ví dụ

1. Đây là bức ảnh tôi chụp ở Vạn Lý Trường Thành.
   ⋯Thế à. Tuyệt vời quá nhỉ.
2. Bức tranh mà chị Karina vẽ là bức nào?
   ⋯Là bức kia. Bức tranh vẽ biển kia.
3. Người đang mặc áo kimono kia là ai?
   ⋯Là chị Kimura.
4. Anh Yamada, nơi lần đầu tiên anh gặp vợ anh là chỗ nào?
   ⋯Là lâu đài Osaka.
5. Buổi hòa nhạc mà anh đi cùng với chị Kimura thế nào?
   ⋯Rất hay.
6. Có chuyện gì thế?
   ⋯Tôi đánh mất cái ô mua ngày hôm qua.
7. Anh/Chị muốn có ngôi nhà như thế nào?
   ⋯Tôi muốn có một ngôi nhà có vườn rộng.
8. Chủ nhật anh có đi xem bóng đá với tôi không?
   ⋯Xin lỗi, chủ nhật tôi có cái hẹn với bạn rồi.

Hội thoại

Anh muốn tìm phòng như thế nào?

Trung tâm bất động sản: Anh muốn tìm phòng như thế nào?
Wang: Vâng, tôi muốn tìm phòng với mức tiền thuê nhà khoảng 80,000 yên và không quá xa ga.
Trung tâm bất động sản: Vậy thì cái này thế nào ạ?
Đi từ ga mất 10 phút, tiền thuê nhà một tháng là 83,000 yen.
Wang: Phòng bếp kèm phòng ăn và phòng kiểu Nhật nhỉ.
Xin lỗi, chỗ này là gì ạ?
Trung tâm bất động sản: Đó là nơi để đồ. Là nơi cất chăn vào đấy.
Wang: Thế ạ.
Phòng này thì hôm nay đi xem có được không ạ?
Trung tâm bất động sản: Được ạ. Chúng ta đi bây giờ thôi.
Wang: Vâng, nhờ chị.

III. Từ và thông tin tham khảo

衣服(いふく) QUẦN ÁO

スーツ com-lê	ワンピース váy liền thân	上着(うわぎ) áo khoác	ズボン／パンツ quần âu ジーンズ quần bò, quần Jeans
スカート váy ngắn	ブラウス áo bờ-lu-zông	ワイシャツ áo sơ-mi (trắng)	セーター áo len
マフラー　khăn 手袋(てぶくろ)　găng tay	下着(したぎ) quần áo lót	くつした　tất (パンティー) ストッキング quần tất	着物(きもの) kimono 帯(おび) đai
(オーバー)コート áo choàng レインコート áo mưa	ネクタイ cà vạt ベルト thắt lưng	ハイヒール giày cao gót ブーツ ủng, giày cao cổ 運動靴(うんどうぐつ) giày thể thao	ぞうり guốc (đi kèm với kimono) たび tất (đi kèm với kimono)

IV. Giải thích ngữ pháp

1. Mệnh đề bổ nghĩa cho danh từ

Ở Bài 2 và Bài 8 chúng ta đã học về cách bổ nghĩa cho danh từ.

ミラーさんの うち	nhà của anh Miller (xem Bài 2)
新しい うち	nhà mới (xem Bài 8)
きれいな うち	nhà đẹp (xem Bài 8)

Từ hoặc mệnh đề bổ nghĩa cho danh từ luôn đứng trước danh từ được bổ nghĩa đó. Ở bài này chúng ta sẽ học về trường hợp mệnh đề bổ nghĩa cho danh từ.

1) Đưa các động từ, tính từ, danh từ trong mệnh đề bổ nghĩa cho danh từ về thể thông thường. Trường hợp là tính từ đuôi な thì chuyển thành 〜な, danh từ thì chuyển thành 〜の.

① 京都へ 行く 人 — người đi Kyoto
   京都へ 行かない 人 — người không đi Kyoto
   京都へ 行った 人 — người đã đi Kyoto
   京都へ 行かなかった 人 — người đã không đi Kyoto

   背が 高くて、髪が 黒い 人 — người cao, tóc đen
   親切で、きれいな 人 — người tốt bụng và đẹp
   65歳の 人 — người 65 tuổi

2) Mệnh đề bổ nghĩa cho danh từ được dùng trong nhiều kiểu câu khác nhau như dưới đây.

② これは ミラーさんが 住んで いた うちです。
   Đây là ngôi nhà mà anh Miller đã ở.

③ ミラーさんが 住んで いた うちは 古いです。
   Ngôi nhà mà anh Miller đã ở rất cũ.

④ ミラーさんが 住んで いた うちを 買いました。
   Tôi đã mua ngôi nhà anh Miller đã ở.

⑤ わたしは ミラーさんが 住んで いた うちが 好きです。
   Tôi thích ngôi nhà mà anh Miller đã ở.

⑥ ミラーさんが 住んで いた うちに 猫が いました。
   Ở ngôi nhà mà anh Miller đã ở có con mèo.

⑦ ミラーさんが 住んで いた うちへ 行った ことが あります。
   Tôi đã từng đến ngôi nhà mà anh Miller (đã) ở.

3) Dùng trợ từ が để biểu thị chủ ngữ của mệnh đề bổ nghĩa cho danh từ.

⑧ これは ミラーさんが 作った ケーキです。
Đây là chiếc bánh ngọt mà anh Miller đã làm

⑨ わたしは カリナさんが かいた 絵が 好きです。
Tôi thích bức tranh mà chị Karina đã vẽ.

⑩ [あなたは] 彼が 生まれた 所を 知って いますか。
Anh/Chị có biết nơi mà anh ấy sinh ra không?

2. Động từ thể nguyên dạng 時間／約束／用事

Khi muốn biểu thị thời gian làm một việc gì đó hoặc nội dung của hứa hẹn, việc phải làm thì chúng ta chuyển động từ thành thể nguyên dạng và đặt trước các danh từ じかん, やくそく, ようじ, v.v..

⑪ わたしは 朝ごはんを 食べる 時間が ありません。
Tôi không có thời gian để ăn sáng.

⑫ わたしは 友達と 映画を 見る 約束が あります。
Tôi có hẹn đi xem phim với bạn.

⑬ きょうは 市役所へ 行く 用事が あります。
Hôm nay tôi có việc phải đi đến tòa thị chính.

3. Động từ (thể ます) ましょうか   chúng ta hãy ～

Ở Bài 14 chúng ta đã học mẫu câu này như là "biểu hiện mà người nói đề nghị làm việc gì đó cho người nghe". Còn ở trong phần hội thoại của bài này nó được dùng với ý nghĩa "biểu hiện đề nghị cả người nói và người nghe cùng nhau làm một việc gì đó".

⑭ この 部屋、きょう 見る ことが できますか。
　……ええ。今から 行きましょうか。
Tôi có thể xem căn phòng này hôm nay được không?
…Vâng. Chúng ta đi ngay bây giờ nhé?

Bài 23

I. Từ vựng

ききます I [せんせいに〜]	聞きます [先生に〜]	hỏi [giáo viên]
まわします I	回します	vặn
ひきます I	引きます	kéo
かえます II	変えます	đổi
さわります I [ドアに〜]	触ります	sờ, chạm vào [cửa]
でます II [おつりが〜]	出ます [お釣りが〜]	[tiền thừa] ra, chạy ra
あるきます I	歩きます	đi bộ
わたります I [はしを〜]	渡ります [橋を〜]	qua, đi qua [cầu]
まがります I [みぎへ〜]	曲がります [右へ〜]	rẽ, quẹo [phải]
さびしい	寂しい	buồn, cô đơn
[お]ゆ	[お]湯	nước nóng
おと	音	âm thanh
サイズ		cỡ, kích cỡ
こしょう	故障	(sự) hỏng, hỏng hóc (〜します: bị hỏng)
みち	道	đường, đường sá
こうさてん	交差点	ngã tư
しんごう	信号	đèn tín hiệu
かど	角	góc
はし	橋	cầu
ちゅうしゃじょう	駐車場	bãi đỗ xe
たてもの	建物	toà nhà
なんかいも	何回も	nhiều lần
ー め	ー 目	thứ ー, số ー (biểu thị thứ tự)

聖徳太子（しょうとくたいし）	Thái tử Shotoku (574-622)
法隆寺（ほうりゅうじ）	Chùa Horyuji, một ngôi chùa ở Nara do Hoàng tử Shotoku xây vào đầu thế kỷ thứ 7
元気茶（げんきちゃ）	tên trà giả định
本田駅（ほんだえき）	tên ga giả định
図書館前（としょかんまえ）	tên điểm dừng xe buýt giả định

II. Phần dịch

Mẫu câu

1. Khi mượn sách ở thư viện thì cần có thẻ.
2. Ấn nút này là tiền thừa sẽ ra.

Ví dụ

1. Anh/Chị có hay xem ti-vi không?
   ⋯À, khi có trận đấu bóng chày thì tôi xem.
2. Khi trong tủ lạnh không có gì cả thì anh/chị làm gì?
   ⋯Tôi sẽ đi ăn ở nhà hàng gần nhà.
3. Khi rời phòng họp anh/chị đã tắt máy điều hòa chưa?
   ⋯Vâng, tôi tắt rồi.
4. Anh Santos mua quần áo, giầy dép ở đâu?
   ⋯Tôi mua sau khi về nước, vì đồ ở Nhật cỡ nhỏ.
5. Đó là cái gì?
   ⋯Là "trà Genki". Khi thấy người không được khỏe thì uống.
6. Khi anh/chị rảnh thì đến nhà tôi chơi nhé.
   ⋯Vâng, cám ơn ạ.
7. Thời sinh viên, anh/chị có làm thêm không?
   ⋯Có, thỉnh thoảng tôi có làm.
8. Nước nóng không chảy.
   ⋯Anh ấn vào đó thì sẽ chảy đấy.
9. Xin lỗi, tòa thị chính ở đâu ạ?
   ⋯Anh/Chị đi thẳng đường này là thấy nó ở bên trái. Nó là một tòa nhà cũ.

Hội thoại

Đi như thế nào ạ?

Người của thư viện:	Vâng, Thư viện Midori nghe đây ạ.
Karina:	Cho tôi hỏi đi như thế nào để đến được đấy ạ?
Người của thư viện:	Chị đi xe buýt số 12 từ ga Honda, sau đó xuống ở điểm đỗ Toshokan-mae. Điểm đỗ thứ ba.
Karina:	Điểm đỗ thứ ba phải không ạ?
Người của thư viện:	Vâng. Khi xuống chị sẽ thấy công viên ở trước mặt. Thư viện là tòa nhà trắng nằm trong công viên.
Karina:	Tôi rõ rồi ạ.
	Thêm nữa là khi mượn sách thì cần gì ạ?
Người của thư viện:	Chị hãy mang loại giấy tờ mà có thể xác nhận được tên và địa chỉ của chị đến nhé.
Karina:	Vâng. Xin cám ơn ạ.

III. Từ và thông tin tham khảo

道路・交通　　ĐƯỜNG SÁ & GIAO THÔNG

① 歩道（ほどう）　　　　　　đường cho người đi bộ
② 車道（しゃどう）　　　　　đường cho xe ô-tô
③ 高速道路（こうそくどうろ）　đường cao tốc
④ 通り（とおり）　　　　　　đường, phố
⑤ 交差点（こうさてん）　　　ngã tư
⑥ 横断歩道（おうだんほどう）　phần đường cho người đi bộ qua đường
⑦ 歩道橋（ほどうきょう）　　cầu vượt cho người đi bộ
⑧ 角（かど）　　　　　　　　góc
⑨ 信号（しんごう）　　　　　đèn tín hiệu
⑩ 坂（さか）　　　　　　　　dốc
⑪ 踏切（ふみきり）　　　　　chắn tàu
⑫ ガソリンスタンド　　　　　trạm xăng, cây xăng

止（と）まれ　　　　dừng lại
進入禁止（しんにゅうきんし）　cấm đi vào
一方通行（いっぽうつうこう）　đường một chiều
駐車禁止（ちゅうしゃきんし）　cấm đỗ xe
右折禁止（うせつきんし）　　cấm rẽ phải

IV. Giải thích ngữ pháp

1.
| Động từ thể nguyên dạng |
| Động từ (thể ない) ない |
| Tính từ đuôi い (〜い) | とき、〜 (mệnh đề chính) | Khi/(nếu) 〜
| Tính từ đuôi な [〜な] |
| Danh từ の |

とき biểu thị thời điểm hình thành trạng thái hay động tác, hiện tượng được biểu thị ở mệnh đề chính tiếp nối phía sau. Thể đứng trước とき cũng giống như thể bổ nghĩa cho danh từ.

① 図書館で 本を 借りる とき、カードが 要ります。
   Khi mượn sách ở thư viện thì cần có thẻ.

② 使い方が わからない とき、わたしに 聞いて ください。
   Nếu anh/chị không biết cách sử dụng thì hãy hỏi tôi.

③ 体の 調子が 悪い とき、「元気茶」を 飲みます。
   Khi thấy người không được khỏe thì tôi uống "trà Genki".

④ 暇な とき、うちへ 遊びに 来ませんか。
   Khi anh/chị rảnh rỗi thì đến nhà tôi chơi nhé!

⑤ 妻が 病気の とき、会社を 休みます。
   Khi vợ bị ốm thì tôi nghỉ làm.

⑥ 若い とき、あまり 勉強しませんでした。
   Khi còn trẻ, tôi không học nhiều lắm.

⑦ 子どもの とき、よく 川で 泳ぎました。
   Khi còn là trẻ con, tôi hay bơi ở sông.

Thời của mệnh đề bổ nghĩa cho とき không phụ thuộc vào thời của mệnh đề chính.

2.
| Động từ thể nguyên dạng |
| Động từ thể た | とき、〜 (mệnh đề chính) | Khi 〜

Khi động từ đứng trước とき là động từ ở thể nguyên dạng thì nó biểu thị rằng mệnh đề chính xảy ra trước mệnh đề 〜とき.

Khi động từ đứng trước とき là động từ ở thể た thì nó biểu thị rằng mệnh đề chính xảy ra sau mệnh đề 〜とき.

⑧ パリへ 行く とき、かばんを 買いました。
   (Trước) khi đi Pari tôi đã mua một cái túi xách.

⑨ パリへ 行った とき、かばんを 買いました。
   (Sau) khi đi Pari tôi đã mua một cái túi xách.

Ví dụ ⑧ biểu thị rằng việc mua túi xách diễn ra trước khi tôi đến Pari, tức là tôi đã mua cái túi xách ở đâu đó trên đường đi Pari. Còn ⑨ biểu thị rằng việc mua túi xách diễn ra sau khi tôi đã đến Pari, tức là tôi đã mua cái túi xách ở Pari.

3. Động từ thể nguyên dạng と、～ (mệnh đề chính)　(Khi) ～ thì/là ～

と biểu thị rằng nếu động tác, sự việc trước と xảy ra thì trạng thái, hoặc động tác, hiện tượng, sự việc ở mệnh đề chủ tiếp nối phía sau tất yếu xảy ra.

⑩ このボタンを押すと、お釣りが出ます。
Khi ấn nút này thì tiền thừa sẽ ra.

⑪ これを回すと、音が大きくなります。
Khi vặn cái này thì âm thanh sẽ to hơn.

⑫ 右へ曲がると、郵便局があります。
(Khi) rẽ phải thì/là thấy bưu điện.

4. Danh từ が Tính từ

Ở Bài 14 chúng ta đã học là khi muốn truyền đạt lại y nguyên một hiện tượng nào đó mà ta cảm nhận bằng 5 giác quan (như mắt, tai, v.v.) hoặc muốn truyền đạt một cách khách quan một sự việc nào đó thì dùng trợ từ が. Cách nói này không chỉ được dùng trong câu động từ mà còn được dùng cả trong câu tính từ.

⑬ 音が小さいです。　　　　　　Âm thanh nhỏ.

5. Danh từ を Động từ chuyển động

Trợ từ を được dùng kèm các động từ chuyển động như さんぽします, わたります, あるきます, v.v. có vai trò biểu thị nơi chốn mà con người hoặc đồ vật đi qua.

⑭ 公園を散歩します。　　　　　Tôi đi dạo ở công viên. (xem Bài 13)
⑮ 道を渡ります。　　　　　　　Tôi qua đường.
⑯ 交差点を右へ曲がります。　　Tôi rẽ phải ở ngã tư.

Bài 24

I. Từ vựng

くれますⅡ		cho, tặng (tôi)
なおしますⅠ	直します	chữa, sửa
つれて いきますⅠ	連れて 行きます	dẫn (một ai đó) đi
つれて きますⅢ*	連れて 来ます	dẫn (một ai đó) đến
おくりますⅠ	送ります	tiễn [một ai đó]
[ひとを〜]	[人を〜]	
しょうかいしますⅢ	紹介します	giới thiệu
あんないしますⅢ	案内します	hướng dẫn, giới thiệu, dẫn đường
せつめいしますⅢ	説明します	giải thích, trình bày
おじいさん／		ông nội, ông ngoại, ông (cụ/lão)
おじいちゃん		
おばあさん／		bà nội, bà ngoại, bà (cụ/lão)
おばあちゃん		
じゅんび	準備	sự chuẩn bị (〜[を]します: chuẩn bị)
ひっこし	引っ越し	sự chuyển nhà (〜[を]します: chuyển nhà)
[お]かし	[お]菓子	bánh kẹo
ホームステイ		homestay
ぜんぶ	全部	toàn bộ, tất cả
じぶんで	自分で	tự (mình)

〈会話〉

ほかに　　　　　　　　　　　ngoài ra, bên cạnh đó

母の日　　　　　　　　　　　Ngày của Mẹ

II. Phần dịch

Mẫu câu

1. Chị Sato đã tặng tôi sô-cô-la.
2. Tôi đã được anh Yamada sửa giúp bài báo cáo.
3. Mẹ đã gửi cho tôi một cái áo len.
4. Tôi đã cho chị Kimura mượn sách.

Ví dụ

1. Em Taro có yêu bà không?
   ⋯Có, em có yêu bà ạ. Bà lúc nào cũng cho em bánh kẹo.
2. Rượu vang ngon nhỉ.
   ⋯Vâng, chị Sato tặng đấy ạ. Rượu vang của Pháp.
3. Anh Miller, tất cả các món ăn trong bữa tiệc hôm qua là do anh tự làm đấy à?
   ⋯Không, có anh Wang giúp tôi.
4. Anh/Chị đã đi bằng tàu điện à?
   ⋯Không, anh Yamada đã chở tôi đi bằng xe của anh ấy.
5. Taro này, em sẽ làm gì cho mẹ nhân Ngày của Mẹ?
   ⋯Em sẽ chơi đàn pianô cho mẹ nghe.

Hội thoại

Để tôi đến giúp anh nhé?

Karina: Anh Wang, chủ nhật anh chuyển nhà nhỉ.
        Để tôi đến giúp anh nhé?
Wang: Cám ơn chị.
        Thế thì ngày mai khoảng 9 giờ chị đến nhé.
Karina: Ngoài ra có ai khác đến giúp anh không?
Wang: Có anh Yamada và anh Miller đến giúp.
Karina: Xe ô-tô thì thế nào?
Wang: Anh Yamada sẽ cho tôi mượn.
Karina: Bữa trưa anh tính thế nào?
Wang: À....
Karina: Để tôi làm cơm hộp mang đến nhé?
Wang: Cám ơn chị. Phiền chị quá.
Karina: Thôi, hẹn gặp lại anh vào chủ nhật.

III. Từ và thông tin tham khảo

贈答の習慣 (ぞうとう の しゅうかん)　TẬP QUÁN TẶNG QUÀ

お年玉 (としだま)	tiền mừng tuổi, tiền bố mẹ hoặc họ hàng tặng cho trẻ con trong ngày Tết
入学祝い (にゅうがくいわい)	tặng cho người vào học cấp mới, thường là tiền, văn phòng phẩm hoặc sách
卒業祝い (そつぎょういわい)	tặng cho người tốt nghiệp, thường là tiền, văn phòng phẩm hoặc sách
結婚祝い (けっこんいわい)	tặng cho người lập gia đình, thường là tiền hoặc đồ vật dùng trong nhà
出産祝い (しゅっさんいわい)	tặng cho người mới sinh con, thường là quần áo trẻ con, đồ chơi
お中元 (ちゅうげん) [tháng 7 hoặc tháng 8]	tặng cho những người hàng ngày đã giúp đỡ mình như bác sĩ, thầy cô giáo, cấp trên, thường là đồ ăn
お歳暮 (せいぼ) [tháng 12]	
お香典 (こうでん)	tiền cúng điếu cho gia đình có người qua đời
お見舞い (みまい)	tặng cho người bị bệnh, thường là hoa hoặc hoa quả

熨斗袋 (のしぶくろ) một kiểu phong bì đặc biệt để đựng tiền khi tặng cho người khác

Khi tặng tiền thì dùng một kiểu phong bì đặc biệt. Chọn loại thích hợp với mục đích tặng.

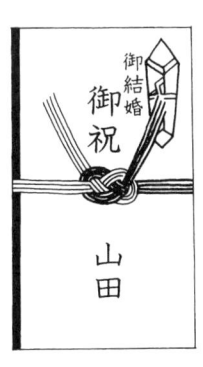

dùng cho đám cưới (có ruy-băng màu đỏ-trắng hoặc màu vàng-bạc)	dùng để chúc mừng (có ruy-băng màu đỏ-trắng hoặc màu vàng-bạc)	dùng để chia buồn (đám tang) (có ruy-băng màu trắng-đen)

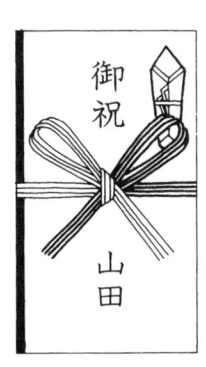

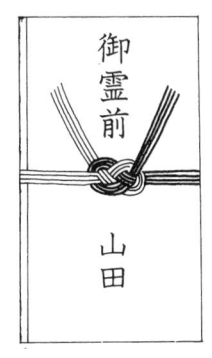

IV. Giải thích ngữ pháp

1. くれます

Động từ あげます mà chúng ta đã học ở Bài 7 không thể dùng cho trường hợp một người ngoài người nói (tôi) cho hay tặng đồ cho người nói (tôi) hoặc gia đình người nói, v.v..
Trường hợp đó chúng ta dùng động từ くれます.

① わたしは 佐藤さんに 花を あげました。　Tôi đã tặng hoa cho chị Sato.
　× 佐藤さんは わたしに クリスマスカードを あげました。
② 佐藤さんは わたしに クリスマスカードを くれました。
　Chị Sato đã tặng tôi thiếp mừng Giáng sinh.
③ 佐藤さんは 妹に お菓子を くれました。 Chị Sato đã cho em gái tôi bánh kẹo.

2.
$$\text{Động từ thể て} \begin{cases} \text{あげます} \\ \text{もらいます} \\ \text{くれます} \end{cases}$$

Các động từ あげます, もらいます, くれます được dùng để biểu thị sự cho nhận đồ vật, còn ～て あげます, ～て もらいます, ～て くれます được dùng trong việc biểu thị đó là hành vi thể hiện việc cho, nhận ơn huệ hay lợi ích.

1) Động từ thể て あげます

"Động từ thể て あげます" được sử dụng khi biểu thị chủ thể của hành vi là chủ ngữ, và hành vi đó là hành vi mang lại ơn huệ, lợi ích (cho người khác).

④ わたしは 木村さんに 本を 貸して あげました。
　Tôi cho chị Kimura mượn sách.

Vì thế, nếu dùng "～て あげます" để biểu thị hành vi mang lại ơn huệ, lợi ích cho người trên thì có thể mang lại ấn tượng là người nói muốn "ra vẻ, khoe khoang" cho nên cần chú ý. Trường hợp đề cập đến hành vi mang lại ơn huệ, lợi ích cho người trên thì chúng ta dùng mẫu câu "Động từ (thể ます) ましょうか" (xem mục 5, Bài 14).

⑤ タクシーを 呼びましょうか。　　Tôi gọi taxi cho anh/chị nhé. (xem Bài 14)
⑥ 手伝いましょうか。　　　　　　Tôi giúp anh/chị nhé. (xem Bài 14)

2) Động từ thể て もらいます

⑦ わたしは 山田さんに 図書館の 電話番号を 教えて もらいました。
　Tôi (đã) được anh Yamada cho biết số điện thoại của thư viện.

Mẫu câu này biểu thị người nói hiểu rằng người tiếp nhận hành vi (người được đưa lên làm chủ ngữ của câu) nhận ơn huệ, lợi ích từ hành vi đó. Trường hợp chủ ngữ là わたし thì thường được lược bỏ.

3) Động từ thể て くれます

⑧ 母は [わたしに] セーターを 送って くれました。
　　Mẹ gửi [cho tôi] một cái áo len.

Ở đây chủ thể của hành vi được đưa lên làm chủ ngữ và mẫu câu này biểu thị người nói là người tiếp nhận hành vi nhận ơn huệ, lợi ích từ hành vi đó. Trường hợp người tiếp nhận hành vi (được biểu thị bởi trợ từ に) là わたし thì thường được lược bỏ.

[Chú ý] Trợ từ biểu thị người nhận ơn huệ ở trong câu với cấu trúc ～て あげます, ～て くれます cũng giống như ở câu không sử dụng ～て あげます, ～て くれます.

わたしに 旅行の 写真を 見せます。
↓
わたしに 旅行の 写真を 見せて くれます。
Anh ấy cho tôi xem ảnh chụp khi đi du lịch.

わたしを 大阪城へ 連れて 行きます。
↓
わたしを 大阪城へ 連れて 行って くれます。
Anh ấy đưa tôi đi thăm thành Osaka.

わたしの 引っ越しを 手伝います。
↓
わたしの 引っ越しを 手伝って くれます。
Anh ấy giúp tôi chuyển nhà.

3. Danh từ₁ は Danh từ₂ が Động từ

⑨ おいしい ワインですね。
　　……ええ、[この ワインは] 佐藤さんが くれました。
　　Rượu vang này ngon nhỉ.
　　…Vâng, [rượu vang này là] chị Sato tặng tôi đấy ạ.

Câu trả lời này là câu đã đưa tân ngữ この ワインを của câu さとうさんが この ワインを くれました lên làm chủ đề (xem mục 5, Bài 17). この ワインは là cái mà cả người nói lẫn người nghe đều đã biết nên có thể lược bỏ. Và trong câu này さとうさん đóng vai trò chủ ngữ nên được dùng kèm với trợ từ が.

Bài 25

I. Từ vựng

かんがえます II	考えます	nghĩ, suy nghĩ
つきます I	着きます	đến
とります I ［としを～］	取ります ［年を～］	có, thêm [tuổi]
たります II	足ります	đủ
いなか	田舎	quê, nông thôn
チャンス		cơ hội
おく	億	một trăm triệu
もし［～たら］		nếu
いみ	意味	nghĩa, ý nghĩa

〈練習 C〉

もしもし	A-lô

〈会話〉

転勤	việc chuyển địa điểm làm việc (～します: chuyển địa điểm làm việc)
こと	việc, chuyện (～の こと : việc, chuyện về ~)
暇	thời gian rảnh
[いろいろ] お世話に なりました。	Cám ơn anh/chị đã giúp đỡ tôi (nhiều).
頑張ります I	cố, cố gắng
どうぞ お元気で。	Chúc anh/chị mạnh khỏe. Anh/Chị hãy bảo trọng. (câu nói trước khi chia tay với ai đó mà có lẽ lâu nữa mới gặp lại)

ベトナム	Việt Nam

II. Phần dịch

Mẫu câu

1. Nếu trời mưa thì tôi sẽ không ra ngoài.
2. Cho dù trời mưa thì tôi cũng đi ra ngoài.

Ví dụ

1. Nếu có 100 triệu yen thì anh/chị sẽ làm gì?
   ⋯Tôi muốn xây một ngôi trường.
2. Nếu tàu điện và xe buýt không chạy thì anh sẽ làm thế nào?
   ⋯Tôi sẽ đi bộ về.
3. Ở cửa hàng giày mới kia có nhiều giày tốt đấy.
   ⋯Thế à. Nếu rẻ thì tôi sẽ mua.
4. Ngày mai tôi cũng phải đến à?
   ⋯Nếu anh không thu xếp được thì tuần sau hãy đến nhé.
5. Anh/Chị đã nghĩ tên cho con chưa?
   ⋯Rồi ạ. Nếu là con trai thì là "Hikaru". Nếu là con gái thì là "Aya".
6. Anh/Chị có đi làm ngay sau khi tốt nghiệp không?
   ⋯Không, tôi muốn đi du lịch các nước khoảng 1 năm.
7. Thưa thầy, em không hiểu nghĩa của từ này ạ?
   ⋯Em đã tra từ điển chưa?
   Rồi ạ. Em tra rồi vẫn không hiểu ạ.
8. Khi trời nóng anh/chị có bật điều hòa không?
   ⋯Không, dù có nóng tôi cũng không bật. Vì (điều hòa) không tốt cho sức khỏe.

Hội thoại

Các anh chị đã giúp đỡ tôi rất nhiều

Kimura: Chúc mừng anh nhân dịp chuyển địa điểm công tác.
Miller: Cám ơn chị.
Kimura: Anh Miller đi Tokyo chúng tôi sẽ buồn đấy.
Sato: Đúng thế nhỉ.
Kimura: Cho dù lên Tokyo thì anh cũng đừng quên Osaka nhé.
Miller: Tất nhiên rồi. Các anh chị nếu có thời gian rỗi thì nhất định lên Tokyo chơi nhé.
Santos: Anh Miller cũng thế nhé, khi xuống Osaka thì gọi điện nhé. Chúng ta sẽ đi uống với nhau.
Miller: Vâng, nhất định rồi.
   Các anh chị đã giúp đỡ tôi rất nhiều.
Sato: Anh cố gắng và giữ gìn sức khỏe nhé.
Miller: Vâng. Các anh chị cũng nhớ giữ gìn sức khỏe.

III. Từ và thông tin tham khảo

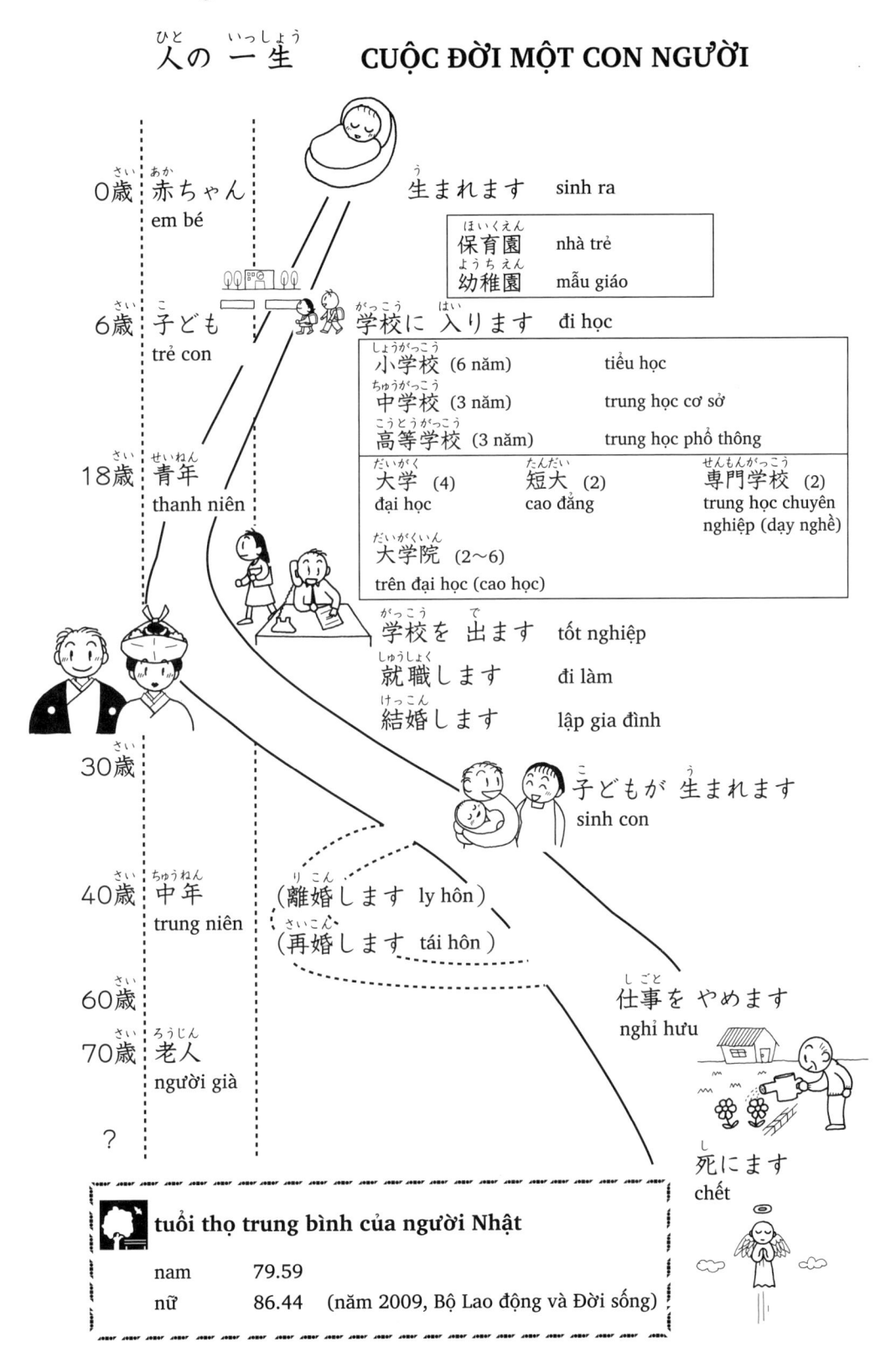

人の一生 — CUỘC ĐỜI MỘT CON NGƯỜI

- 0歳 赤ちゃん — em bé
- 生まれます — sinh ra

保育園	nhà trẻ
幼稚園	mẫu giáo

- 6歳 子ども — trẻ con
- 学校に 入ります — đi học

小学校 (6 năm)	tiểu học
中学校 (3 năm)	trung học cơ sở
高等学校 (3 năm)	trung học phổ thông
大学 (4)	đại học
短大 (2)	cao đẳng
専門学校 (2)	trung học chuyên nghiệp (dạy nghề)
大学院 (2〜6)	trên đại học (cao học)

- 18歳 青年 — thanh niên
- 学校を 出ます — tốt nghiệp
- 就職します — đi làm
- 結婚します — lập gia đình
- 30歳
- 子どもが 生まれます — sinh con
- 40歳 中年 — trung niên
- (離婚します ly hôn)
- (再婚します tái hôn)
- 60歳
- 仕事を やめます — nghỉ hưu
- 70歳 老人 — người già
- ?
- 死にます — chết

tuổi thọ trung bình của người Nhật
- nam 79.59
- nữ 86.44 (năm 2009, Bộ Lao động và Đời sống)

IV. Giải thích ngữ pháp

1. | Thể thông thường (chia ở) quá khứ ら、～ (mệnh đề chính) | Nếu ～ thì ～

Thêm ら vào sau thể thông thường quá khứ của động từ, tính từ, danh từ để biểu thị điều kiện giả định, và ở mệnh đề (mệnh đề chính) tiếp nối sau đó biểu thị nội dung sẽ hình thành với điều kiện giả định đó. Ở mệnh đề chính có thể đưa vào những biểu hiện nói về ý chí, nguyện vọng, sự mời rủ, nhờ vả, v.v. của người nói.

① お金が あったら、旅行します。
Nếu có tiền thì tôi sẽ đi du lịch.

② 時間が なかったら、テレビを 見ません。
Nếu không có thời gian thì tôi sẽ không xem ti-vi.

③ 安かったら、パソコンを 買いたいです。
Nếu máy tính cá nhân rẻ thì tôi muốn mua.

④ 暇だったら、手伝って ください。
Nếu anh/chị rảnh rỗi thì hãy giúp tôi.

⑤ いい 天気だったら、散歩しませんか。
Nếu trời đẹp thì chúng ta đi dạo nhé?

[Chú ý] Ở mệnh đề (mệnh đề chính) sau ～と không thể đưa vào những biểu hiện nói về ý chí, nguyện vọng, sự mời rủ, nhờ vả, v.v..

× 時間が あると、 ┌ コンサートに 行きます。 (ý chí)
                  ├ コンサートに 行きたいです。 (nguyện vọng)
                  ├ コンサートに 行きませんか。 (mời rủ)
                  └ ちょっと 手伝って ください。 (nhờ vả)

2. | Động từ thể たら、～ (mệnh đề chính) | Khi/sau khi ～

Mẫu câu này được dùng để biểu thị rằng một khi (động tác, tình huống ở) mệnh đề "động từ thể たら" hình thành, thì động tác hay tình huống ở mệnh đề chính đi sau đó cũng chắc chắn sẽ xảy ra.

⑥ 10時に なったら、出かけましょう。
(Khi) đến 10 giờ thì chúng ta đi nhé.

⑦ うちへ 帰ったら、すぐ シャワーを 浴びます。
Sau khi về nhà tôi sẽ tắm ngay.

3.
| Động từ thể て |
| Động từ (thể ない) なくて |
| Tính từ đuôi い (～い) → ～くて | も、～ (mệnh đề chính)   Cho dù ～
| Tính từ đuôi な [な] → ～で |
| Danh từ で |

Mẫu câu này biểu thị điều kiện giả định ngược. Ở mệnh đề (mệnh đề chính) đi sau ～ても biểu thị một kết quả trái với nhận định thông thường của mọi người, hoặc một việc đáng lẽ phải xảy ra (ở điều kiện giả định đó) nhưng lại không xảy ra.

⑧ 雨が 降っても、洗濯します。　　　　Cho dù trời có mưa tôi cũng giặt quần áo.
⑨ 安くても、わたしは グループ旅行が 嫌いです。
　　Cho dù có rẻ nhưng tôi cũng không thích đi du lịch theo đoàn.
⑩ 便利でも、パソコンを 使いません。
　　Cho dù máy tính cá nhân tiện lợi nhưng tôi cũng không dùng.
⑪ 日曜日でも、働きます。　　　　　　Cho dù chủ nhật tôi cũng làm việc.

4. もし

もし được dùng cùng với ～たら và có chức năng thông báo câu văn đó là câu điều kiện. もし nhấn mạnh tâm lý giả định của người nói.

⑫ もし 1億円 あったら、いろいろな 国を 旅行したいです。
　　Nếu có 100 triệu yen thì tôi muốn đi du lịch đến nhiều nước.

5. **Chủ ngữ của mệnh đề phụ**

Như đã nêu ở mục 2, Bài 16, chúng ta dùng trợ từ が để biểu thị chủ ngữ trong mệnh đề ～てから. Cũng giống như trong các mệnh đề phụ với ～てから, ～とき, ～と, ～まえに, v.v., trong các mệnh đề phụ với ～たら, ～ても chủ ngữ cũng được biểu thị bởi trợ từ が.

⑬ 友達が 来る まえに、部屋を 掃除します。
　　Trước khi bạn đến chơi, tôi dọn phòng. (xem Bài 18)
⑭ 妻が 病気の とき、会社を 休みます。
　　Khi vợ bị ốm thì tôi nghỉ làm. (xem Bài 23)
⑮ 友達が 約束の 時間に 来なかったら、どう しますか。
　　Nếu (người) bạn không đến đúng giờ hẹn thì anh/chị sẽ làm gì? (xem Bài 25)

Column 1: **Chủ đề và chủ ngữ**

1. Chủ đề là gì?

Câu trong tiếng Nhật (phần lớn) có chủ đề. Chủ đề đứng ở đầu câu và cho biết câu văn đó đang nói về cái gì. Như trong ví dụ (1) ở dưới đây 東京 là chủ đề của câu và nó cho biết câu văn đang nói về nó là 日本の首都.

(1) 東京は日本の首都です。　　Tokyo là thủ đô của Nhật Bản.

Tương tự, ví dụ (2), (3) là các câu văn đang nói về この部屋, わたし.

(2) この部屋は静かです。　　Căn phòng này yên tĩnh.

(3) わたしは先週ディズニーランドへ行きました。

Tuần trước, tôi đã đi Disneyland.

Chủ đề được biểu thị bởi trợ từ は. Tóm lại, ở câu văn có chủ đề thì câu sẽ chia thành hai phần trước và sau trợ từ は. Chúng ta gọi phần đi cùng với は là chủ đề, phần còn lại đã tách chủ đề là phần giải thích.

(1) 東京は日本の首都です。
　　 chủ đề 　　giải thích

2. Chủ ngữ là gì?

Chủ ngữ là yếu tố quan trọng nhất đối với vị ngữ (động từ, tính từ, danh từ + です). Chẳng hạn, đối với những động từ 飲みます (uống), 走ります (chạy) thì đó là người thực hiện hành động, động tác; đối với các động từ います (có, ở), あります (có, ở) thì đó là người hoặc vật thể tồn tại; đối với các động từ như 降ります (rơi), 吹きます (thổi) thì đó là chủ thể của hiện tượng (vật rơi xuống, vật thổi); đối với các tính từ 大きいです (to, lớn), 有名です (nổi tiếng) hay các biểu hiện "danh từ + です" như 学生です (là sinh viên), 病気です (ốm) thì đó là chủ thể của thuộc tính; đối với các tính từ 好きです (thích), 怖いです (sợ) thì đó là chủ thể của cảm xúc. Theo đó, tất cả các danh ngữ ở phần gạch dưới trong các ví dụ dưới đây đều là chủ ngữ.

Ở những câu không có chủ đề thì chủ ngữ được biểu thị bởi trợ từ が.

(4) 太郎がビールを飲みました。　　Taro đã uống bia.

(5) 机の上に本があります。　　Ở trên bàn có quyển sách.

(6) きのう雨が降りました。　　Hôm qua trời mưa.

3. Mối quan hệ giữa chủ đề và chủ ngữ

Chủ ngữ và chủ đề là hai khái niệm khác nhau nhưng giữa chúng có mối quan hệ mật thiết với nhau. Ở phần lớn các câu có chủ đề thì chủ đề cũng là chủ ngữ. Như 田中さん ở ví dụ (7), 佐藤さん ở ví dụ (8), わたし ở ví dụ (9) đều là chủ đề (vì có は đi kèm), và đồng thời cũng là chủ ngữ (vì các danh từ này là chủ thể của thuộc tính, chủ thể của cảm xúc).

(7) 田中さんは 有名です。　　Anh Tanaka nổi tiếng.
(8) 佐藤さんは 学生です。　　Chị Sato là sinh viên.
(9) わたしは 犬が 怖いです。　Tôi sợ chó.

Chủ đề và chủ thể đa phần thống nhất với nhau (theo tính tương đối), nhưng cũng có trường hợp không thống nhất với nhau. Chẳng hạn ở ví dụ (10) thì この 本 là chủ đề (vì có trợ từ は đi kèm), và vì chủ thể của động tác 書きます là 田中さん nên この 本 không phải là chủ ngữ.

(10) この 本は 田中さんが 書きました。

Quyển sách này do anh Tanaka viết.

Có thể xem ví dụ (10) là câu đã đưa この 本を ở ví dụ (11) lên làm chủ đề.

(11) 田中さんが この 本を 書きました。
(12) この 本をは 田中さんが 書きました。

Trước tiên, đưa この 本を ra đầu câu, rồi thêm trợ từ は để biểu thị chủ đề. Lúc này vì không thể cùng lúc dùng cả を và は nên を được bỏ đi và chỉ còn lại は để trở thành câu như ở ví dụ (10).

Ngoài ra, ngoài các trợ từ が, を thì các trợ từ khác có thể đi cùng trợ từ は. Theo đó, chúng ta sẽ có các câu như ở ví dụ (13), (14).

(13) 田中さんには わたしが 連絡します。　　Tôi sẽ liên lạc với anh Tanaka.
(14) 山田さんからは 返事が 来ませんでした。

Không có hồi âm (gì) từ chị Yamada.

4. Câu có chủ đề và câu không có chủ đề

Câu trong tiếng Nhật phần lớn có chủ đề, tuy nhiên cũng có câu không có chủ đề. Trong câu có chủ đề thì trợ từ は được sử dụng để biểu thị chủ ngữ, còn trong câu không có chủ đề thì trợ từ が được dùng để biểu thị chủ ngữ. Câu không có chủ đề được sử dụng trong các trường hợp sau:

1) Khi nói lại y nguyên những sự việc nhìn thấy, nghe thấy.

Câu không có chủ đề được dùng trong trường hợp nói lại y nguyên những gì cảm nhận được bằng năm giác quan.

(15) あっ、雨が 降って います。　　Ối, trời đang mưa.

(16) ラジオの 音が 小さいです。　　Tiếng đài nhỏ.

(17) (窓の 外を 見て) 月が きれいだなぁ。

　　　(*Nhìn ra ngoài cửa sổ*) Trăng đẹp quá!

2) Khi trình bày khách quan sự việc hoặc khi mở đầu câu chuyện.

Trong những trường hợp này câu không có chủ đề được dùng.

(18) きのう 太郎が 来ました。　　Hôm qua Taro đã đến.

(19) 来週 パーティーが あります。　　Tuần sau có tiệc.

(20) むかしむかし ある ところに おじいさんと おばあさんが いました。

　　　Ngày xưa ngày xưa ở một nơi nọ có một ông lão và một bà lão.

Column 2: **Mệnh đề**

Mệnh đề là hình thức của một câu khi trở thành một phần nằm trong một câu khác.

Chẳng hạn, phần gạch dưới trong ví dụ (1) 田中さんが ここへ 来ました và phần gạch dưới trong ví dụ (2) あした 雨が 降ります là các câu đã trở thành một phần trong câu khác lớn hơn.

(1) <u>田中さんが ここへ 来た</u> とき、山田さんは いませんでした。

　　Khi anh Tanaka đến đây thì đã không có chị Yamada.

(2) <u>あした 雨が 降ったら</u>、わたしは 出かけません。

　　Nếu ngày mai trời mưa thì tôi sẽ không đi ra ngoài.

Như vậy, mệnh đề trở thành một phần của một câu khác được gọi là mệnh đề phụ. Ngược lại, phần còn lại trong câu khi đã tách mệnh đề phụ được gọi là mệnh đề chính.

Mệnh đề phụ có chức năng làm rõ hơn nội dung ý nghĩa của mệnh đề chính. Chẳng hạn, mệnh đề phụ trong ví dụ (2) giới hạn nội dung đề cập trong mệnh đề chính bằng việc đưa ra điều kiện để "tôi sẽ không đi ra ngoài" là あした 雨が 降ったら.

Theo trật tự câu thông thường trong tiếng Nhật thì mệnh đề phụ đứng trước mệnh đề chính.

Chủ ngữ của mệnh đề phụ thông thường được biểu thị bằng trợ từ が (chứ không phải trợ từ は). Tuy nhiên, chủ ngữ của mệnh đề ～が, ～けど thì được biểu thị bằng trợ từ は.

PHỤ LỤC

I. Số đếm

0	ゼロ、れい	100	ひゃく
1	いち	200	にひゃく
2	に	300	さんびゃく
3	さん	400	よんひゃく
4	よん、し	500	ごひゃく
5	ご	600	ろっぴゃく
6	ろく	700	ななひゃく
7	なな、しち	800	はっぴゃく
8	はち	900	きゅうひゃく
9	きゅう、く		
10	じゅう	1,000	せん
11	じゅういち	2,000	にせん
12	じゅうに	3,000	さんぜん
13	じゅうさん	4,000	よんせん
14	じゅうよん、じゅうし	5,000	ごせん
15	じゅうご	6,000	ろくせん
16	じゅうろく	7,000	ななせん
17	じゅうなな、じゅうしち	8,000	はっせん
18	じゅうはち	9,000	きゅうせん
19	じゅうきゅう、じゅうく		
20	にじゅう	10,000	いちまん
30	さんじゅう	100,000	じゅうまん
40	よんじゅう	1,000,000	ひゃくまん
50	ごじゅう	10,000,000	せんまん
60	ろくじゅう	100,000,000	いちおく
70	ななじゅう、しちじゅう		
80	はちじゅう	17.5	じゅうななてんご
90	きゅうじゅう	0.83	れいてんはちさん

$\frac{1}{2}$ にぶんの いち

$\frac{3}{4}$ よんぶんの さん

II. Cách nói thời gian

ngày	sáng	tối
おととい hôm kia	おとといの あさ sáng hôm kia	おとといの ばん（よる） tối hôm kia
きのう hôm qua	きのうの あさ sáng (hôm) qua	きのうの ばん（よる） tối (hôm) qua
きょう hôm nay	けさ sáng nay	こんばん（きょうの よる） tối nay
あした ngày mai	あしたの あさ sáng (ngày) mai	あしたの ばん（よる） tối (ngày) mai
あさって ngày kia	あさっての あさ sáng ngày kia	あさっての ばん（よる） tối ngày kia
まいにち hàng ngày	まいあさ hàng sáng	まいばん hàng tối

tuần	tháng	năm
せんせんしゅう （にしゅうかんまえ） tuần trước nữa	せんせんげつ （にかげつまえ） tháng trước nữa	おととし năm kia
せんしゅう tuần trước	せんげつ tháng trước	きょねん năm ngoái
こんしゅう tuần này	こんげつ tháng này	ことし năm nay
らいしゅう tuần sau	らいげつ tháng sau	らいねん sang năm, năm sau
さらいしゅう tuần sau nữa	さらいげつ tháng sau nữa	さらいねん năm sau nữa
まいしゅう hàng tuần	まいつき hàng tháng	まいとし、まいねん hàng năm

Nói giờ

	giờ －時		phút －分
1	いちじ	1	いっぷん
2	にじ	2	にふん
3	さんじ	3	さんぷん
4	よじ	4	よんぷん
5	ごじ	5	ごふん
6	ろくじ	6	ろっぷん
7	しちじ	7	ななふん
8	はちじ	8	はっぷん
9	くじ	9	きゅうふん
10	じゅうじ	10	じゅっぷん、じっぷん
11	じゅういちじ	15	じゅうごふん
12	じゅうにじ	30	さんじゅっぷん、さんじっぷん、はん
?	なんじ	?	なんぷん

thứ trong tuần〜曜日	
にちようび	chủ nhật
げつようび	thứ hai
かようび	thứ ba
すいようび	thứ tư
もくようび	thứ năm
きんようび	thứ sáu
どようび	thứ bảy
なんようび	thứ mấy

ngày trong tháng					
	tháng －月		ngày －日		
1	いちがつ	1	ついたち	17	じゅうしちにち
2	にがつ	2	ふつか	18	じゅうはちにち
3	さんがつ	3	みっか	19	じゅうくにち
4	しがつ	4	よっか	20	はつか
5	ごがつ	5	いつか	21	にじゅういちにち
6	ろくがつ	6	むいか	22	にじゅうににち
7	しちがつ	7	なのか	23	にじゅうさんにち
8	はちがつ	8	ようか	24	にじゅうよっか
9	くがつ	9	ここのか	25	にじゅうごにち
10	じゅうがつ	10	とおか	26	にじゅうろくにち
11	じゅういちがつ	11	じゅういちにち	27	にじゅうしちにち
12	じゅうにがつ	12	じゅうににち	28	にじゅうはちにち
?	なんがつ	13	じゅうさんにち	29	にじゅうくにち
		14	じゅうよっか	30	さんじゅうにち
		15	じゅうごにち	31	さんじゅういちにち
		16	じゅうろくにち	?	なんにち

III. Cách nói khoảng thời gian

khoảng thời gian	
tiếng －時間	**phút** －分
1	いちじかん	いっぷん
2	にじかん	にふん
3	さんじかん	さんぷん
4	よじかん	よんぷん
5	ごじかん	ごふん
6	ろくじかん	ろっぷん
7	ななじかん、しちじかん	ななふん
8	はちじかん	はっぷん
9	くじかん	きゅうふん
10	じゅうじかん	じゅっぷん、じっぷん
?	なんじかん	なんぷん

khoảng thời gian			
ngày －日	**tuần** －週間	**tháng** －か月	**năm** －年
1	いちにち	いっしゅうかん	いっかげつ	いちねん
2	ふつか	にしゅうかん	にかげつ	にねん
3	みっか	さんしゅうかん	さんかげつ	さんねん
4	よっか	よんしゅうかん	よんかげつ	よねん
5	いつか	ごしゅうかん	ごかげつ	ごねん
6	むいか	ろくしゅうかん	ろっかげつ、はんとし	ろくねん
7	なのか	ななしゅうかん	ななかげつ	ななねん、しちねん
8	ようか	はっしゅうかん	はちかげつ、はっかげつ	はちねん
9	ここのか	きゅうしゅうかん	きゅうかげつ	きゅうねん
10	とおか	じゅっしゅうかん、じっしゅうかん	じゅっかげつ、じっかげつ	じゅうねん
?	なんにち	なんしゅうかん	なんかげつ	なんねん

IV. Từ đếm (Trợ số từ)

	đồ vật nói chung	người 一人	số thứ tự 一番	vật mỏng 一枚
1	ひとつ	ひとり	いちばん	いちまい
2	ふたつ	ふたり	にばん	にまい
3	みっつ	さんにん	さんばん	さんまい
4	よっつ	よにん	よんばん	よんまい
5	いつつ	ごにん	ごばん	ごまい
6	むっつ	ろくにん	ろくばん	ろくまい
7	ななつ	ななにん、しちにん	ななばん	ななまい
8	やっつ	はちにん	はちばん	はちまい
9	ここのつ	きゅうにん	きゅうばん	きゅうまい
10	とお	じゅうにん	じゅうばん	じゅうまい
?	いくつ	なんにん	なんばん	なんまい

	máy móc, xe 一台	tuổi 一歳	sách, vở 一冊	quần áo 一着
1	いちだい	いっさい	いっさつ	いっちゃく
2	にだい	にさい	にさつ	にちゃく
3	さんだい	さんさい	さんさつ	さんちゃく
4	よんだい	よんさい	よんさつ	よんちゃく
5	ごだい	ごさい	ごさつ	ごちゃく
6	ろくだい	ろくさい	ろくさつ	ろくちゃく
7	ななだい	ななさい	ななさつ	ななちゃく
8	はちだい	はっさい	はっさつ	はっちゃく
9	きゅうだい	きゅうさい	きゅうさつ	きゅうちゃく
10	じゅうだい	じゅっさい、じっさい	じゅっさつ、じっさつ	じゅっちゃく、じっちゃく
?	なんだい	なんさい	なんさつ	なんちゃく

	lần	vật nhỏ	giầy, tất	nhà
	一回	一個	一足	一軒
1	いっかい	いっこ	いっそく	いっけん
2	にかい	にこ	にそく	にけん
3	さんかい	さんこ	さんぞく	さんげん
4	よんかい	よんこ	よんそく	よんけん
5	ごかい	ごこ	ごそく	ごけん
6	ろっかい	ろっこ	ろくそく	ろっけん
7	ななかい	ななこ	ななそく	ななけん
8	はっかい	はっこ	はっそく	はっけん
9	きゅうかい	きゅうこ	きゅうそく	きゅうけん
10	じゅっかい、じっかい	じゅっこ、じっこ	じゅっそく、じっそく	じゅっけん、じっけん
?	なんかい	なんこ	なんぞく	なんげん

	tầng của một căn nhà	vật thon dài	đồ uống	động vật nhỏ, cá, côn trùng
	一階	一本	一杯	一匹
1	いっかい	いっぽん	いっぱい	いっぴき
2	にかい	にほん	にはい	にひき
3	さんがい	さんぼん	さんばい	さんびき
4	よんかい	よんほん	よんはい	よんひき
5	ごかい	ごほん	ごはい	ごひき
6	ろっかい	ろっぽん	ろっぱい	ろっぴき
7	ななかい	ななほん	ななはい	ななひき
8	はっかい	はっぽん	はっぱい	はっぴき
9	きゅうかい	きゅうほん	きゅうはい	きゅうひき
10	じゅっかい、じっかい	じゅっぽん、じっぽん	じゅっぱい、じっぱい	じゅっぴき、じっぴき
?	なんがい	なんぼん	なんばい	なんびき

V. Biến đổi động từ

Nhóm I

	thể ます		thể て	thể nguyên dạng
会います [ともだちに～]	あい	ます	あって	あう
遊びます	あそび	ます	あそんで	あそぶ
洗います	あらい	ます	あらって	あらう
あります	あり	ます	あって	ある
あります	あり	ます	あって	ある
あります [おまつりが～]	あり	ます	あって	ある
歩きます	あるき	ます	あるいて	あるく
言います	いい	ます	いって	いう
行きます	いき	ます	いって	いく
急ぎます	いそぎ	ます	いそいで	いそぐ
要ります [ビザが～]	いり	ます	いって	いる
動きます	うごき	ます	うごいて	うごく
歌います	うたい	ます	うたって	うたう
売ります	うり	ます	うって	うる
置きます	おき	ます	おいて	おく
送ります	おくり	ます	おくって	おくる
送ります [ひとを～]	おくり	ます	おくって	おくる
押します	おし	ます	おして	おす
思い出します	おもいだし	ます	おもいだして	おもいだす
思います	おもい	ます	おもって	おもう
泳ぎます	およぎ	ます	およいで	およぐ
下ろします [おかねを～]	おろし	ます	おろして	おろす
終わります	おわり	ます	おわって	おわる
買います	かい	ます	かって	かう
返します	かえし	ます	かえして	かえす
帰ります	かえり	ます	かえって	かえる
かかります	かかり	ます	かかって	かかる
書きます（かきます）	かき	ます	かいて	かく
貸します	かし	ます	かして	かす
勝ちます	かち	ます	かって	かつ
かぶります	かぶり	ます	かぶって	かぶる
頑張ります	がんばり	ます	がんばって	がんばる

thể ない		thể た	nghĩa	bài
あわ	ない	あった	gặp [bạn]	6
あそば	ない	あそんだ	chơi	13
あらわ	ない	あらった	rửa	18
―	ない	あった	có (sở hữu)	9
―	ない	あった	ở (tồn tại, dùng cho đồ vật)	10
―	ない	あった	[lễ hội] được tổ chức, diễn ra	21
あるか	ない	あるいた	đi bộ	23
いわ	ない	いった	nói	21
いか	ない	いった	đi	5
いそが	ない	いそいだ	vội, gấp	14
いら	ない	いった	cần [thị thực/visa]	20
うごか	ない	うごいた	chuyển động, chạy	21
うたわ	ない	うたった	hát	18
うら	ない	うった	bán	15
おか	ない	おいた	đặt, để	15
おくら	ない	おくった	gửi	7
おくら	ない	おくった	tiễn [một ai đó]	24
おさ	ない	おした	bấm, ấn	16
おもいださ	ない	おもいだした	nhớ lại, hồi tưởng lại	15
おもわ	ない	おもった	nghĩ	21
およが	ない	およいだ	bơi	13
おろさ	ない	おろした	rút [tiền]	16
おわら	ない	おわった	hết, kết thúc, xong	4
かわ	ない	かった	mua	6
かえさ	ない	かえした	trả lại	17
かえら	ない	かえった	về	5
かから	ない	かかった	mất, tốn (thời gian, tiền bạc)	11
かか	ない	かいた	viết, vẽ	6
かさ	ない	かした	cho mượn, cho vay	7
かた	ない	かった	thắng	21
かぶら	ない	かぶった	đội (mũ, v.v.)	22
がんばら	ない	がんばった	cố, cố gắng	25

	thể ます		thể て	thể nguyên dạng
聞きます	きき	ます	きいて	きく
聞きます [せんせいに〜]	きき	ます	きいて	きく
切ります	きり	ます	きって	きる
消します	けし	ます	けして	けす
触ります [ドアに〜]	さわり	ます	さわって	さわる
知ります	しり	ます	しって	しる
吸います [たばこを〜]	すい	ます	すって	すう
住みます	すみ	ます	すんで	すむ
座ります	すわり	ます	すわって	すわる
出します	だし	ます	だして	だす
立ちます	たち	ます	たって	たつ
使います	つかい	ます	つかって	つかう
着きます	つき	ます	ついて	つく
作ります、造ります	つくり	ます	つくって	つくる
連れて 行きます	つれて いき	ます	つれて いって	つれて いく
手伝います	てつだい	ます	てつだって	てつだう
泊まります [ホテルに〜]	とまり	ます	とまって	とまる
取ります	とり	ます	とって	とる
撮ります [しゃしんを〜]	とり	ます	とって	とる
取ります [としを〜]	とり	ます	とって	とる
直します	なおし	ます	なおして	なおす
なくします	なくし	ます	なくして	なくす
習います	ならい	ます	ならって	ならう
なります	なり	ます	なって	なる
脱ぎます	ぬぎ	ます	ぬいで	ぬぐ
登ります、上ります	のぼり	ます	のぼって	のぼる
飲みます	のみ	ます	のんで	のむ
飲みます	のみ	ます	のんで	のむ
飲みます [くすりを〜]	のみ	ます	のんで	のむ
乗ります [でんしゃに〜]	のり	ます	のって	のる
入ります [きっさてんに〜]	はいり	ます	はいって	はいる
入ります [だいがくに〜]	はいり	ます	はいって	はいる
入ります [おふろに〜]	はいり	ます	はいって	はいる
はきます	はき	ます	はいて	はく

thể ない		thể た	nghĩa	bài
きか	ない	きいた	nghe	6
きか	ない	きいた	hỏi [giáo viên]	23
きら	ない	きった	cắt	7
けさ	ない	けした	tắt	14
さわら	ない	さわった	sờ, chạm vào [cửa]	23
しら	ない	しった	biết	15
すわ	ない	すった	hút [thuốc lá]	6
すま	ない	すんだ	sống, ở	15
すわら	ない	すわった	ngồi	14
ださ	ない	だした	lấy ra, đưa ra, gửi	16
たた	ない	たった	đứng	14
つかわ	ない	つかった	dùng, sử dụng	14
つか	ない	ついた	đến	25
つくら	ない	つくった	làm, chế tạo, sản xuất	15
つれていか	ない	つれていった	dẫn (một ai đó) đi	24
てつだわ	ない	てつだった	giúp (làm việc gì)	14
とまら	ない	とまった	trọ [ở khách sạn]	19
とら	ない	とった	lấy, chuyển	14
とら	ない	とった	chụp [ảnh]	6
とら	ない	とった	có, thêm [tuổi]	25
なおさ	ない	なおした	chữa, sửa	24
なくさ	ない	なくした	làm mất, đánh mất	17
ならわ	ない	ならった	học, tập	7
なら	ない	なった	trở thành, trở nên	19
ぬが	ない	ぬいだ	cởi (quần áo, giày, v.v.)	17
のぼら	ない	のぼった	leo (núi), lên	19
のま	ない	のんだ	uống	6
のま	ない	のんだ	uống (bia, rượu)	16
のま	ない	のんだ	uống [thuốc]	17
のら	ない	のった	đi, lên [tàu]	16
はいら	ない	はいった	vào [quán giải khát]	14
はいら	ない	はいった	vào [đại học]	16
はいら	ない	はいった	tắm bồn	17
はか	ない	はいた	đi, mặc (giày, quần âu, v.v.)	22

	thể ます		thể て	thể nguyên dạng
働きます	はたらき	ます	はたらいて	はたらく
話します	はなし	ます	はなして	はなす
払います	はらい	ます	はらって	はらう
弾きます	ひき	ます	ひいて	ひく
引きます	ひき	ます	ひいて	ひく
降ります [あめが〜]	ふり	ます	ふって	ふる
曲がります [みぎへ〜]	まがり	ます	まがって	まがる
待ちます	まち	ます	まって	まつ
回します	まわし	ます	まわして	まわす
持ちます	もち	ます	もって	もつ
持って 行きます	もっていき	ます	もって いって	もって いく
もらいます	もらい	ます	もらって	もらう
役に 立ちます	やくにたち	ます	やくに たって	やくに たつ
休みます	やすみ	ます	やすんで	やすむ
休みます [かいしゃを〜]	やすみ	ます	やすんで	やすむ
呼びます	よび	ます	よんで	よぶ
読みます	よみ	ます	よんで	よむ
わかります	わかり	ます	わかって	わかる
渡ります [はしを〜]	わたり	ます	わたって	わたる

thể ない		thể た	nghĩa	bài
はたらか	ない	はたらいた	làm việc	4
はなさ	ない	はなした	nói, nói chuyện	14
はらわ	ない	はらった	trả tiền	17
ひか	ない	ひいた	chơi (nhạc cụ, pianô, v.v.)	18
ひか	ない	ひいた	kéo	23
ふら	ない	ふった	mưa	14
まがら	ない	まがった	rẽ, quẹo [phải]	23
また	ない	まった	đợi, chờ	14
まわさ	ない	まわした	vặn	23
もた	ない	もった	mang, cầm	14
もっていか	ない	もっていった	mang đi, mang theo	17
もらわ	ない	もらった	nhận	7
やくに たた	ない	やくに たった	hữu ích, giúp ích	21
やすま	ない	やすんだ	nghỉ, nghỉ ngơi	4
やすま	ない	やすんだ	nghỉ [làm việc]	11
よば	ない	よんだ	gọi	14
よま	ない	よんだ	đọc	6
わから	ない	わかった	hiểu, nắm được	9
わたら	ない	わたった	qua, đi qua [cầu]	23

Nhóm II

	thể ます		thể て	thể nguyên dạng
開けます	あけ	ます	あけて	あける
あげます	あげ	ます	あげて	あげる
集めます	あつめ	ます	あつめて	あつめる
浴びます［シャワーを～］	あび	ます	あびて	あびる
います	い	ます	いて	いる
います［こどもが～］	い	ます	いて	いる
います［にほんに～］	い	ます	いて	いる
入れます	いれ	ます	いれて	いれる
生まれます	うまれ	ます	うまれて	うまれる
起きます	おき	ます	おきて	おきる
教えます	おしえ	ます	おしえて	おしえる
教えます［じゅうしょを～］	おしえ	ます	おしえて	おしえる
覚えます	おぼえ	ます	おぼえて	おぼえる
降ります［でんしゃを～］	おり	ます	おりて	おりる
換えます	かえ	ます	かえて	かえる
変えます	かえ	ます	かえて	かえる
かけます［でんわを～］	かけ	ます	かけて	かける
かけます［めがねを～］	かけ	ます	かけて	かける
借ります	かり	ます	かりて	かりる
考えます	かんがえ	ます	かんがえて	かんがえる
着ます	き	ます	きて	きる
気を つけます	きを つけ	ます	きを つけて	きを つける
くれます	くれ	ます	くれて	くれる
閉めます	しめ	ます	しめて	しめる
調べます	しらべ	ます	しらべて	しらべる
捨てます	すて	ます	すてて	すてる
食べます	たべ	ます	たべて	たべる
足ります	たり	ます	たりて	たりる
疲れます	つかれ	ます	つかれて	つかれる
つけます	つけ	ます	つけて	つける
出かけます	でかけ	ます	でかけて	でかける
できます	でき	ます	できて	できる
出ます［おつりが～］	で	ます	でて	でる

thể ない		thể た	nghĩa	bài
あけ	ない	あけた	mở	14
あげ	ない	あげた	cho, tặng	7
あつめ	ない	あつめた	sưu tầm, thu thập, tập hợp	18
あび	ない	あびた	tắm [vòi hoa sen]	16
い	ない	いた	ở (tồn tại, dùng cho người và động vật)	10
い	ない	いた	có [con]	11
い	ない	いた	ở [Nhật]	11
いれ	ない	いれた	cho vào, bỏ vào	16
うまれ	ない	うまれた	sinh ra	22
おき	ない	おきた	dậy, thức dậy	4
おしえ	ない	おしえた	dạy	7
おしえ	ない	おしえた	nói, cho biết [địa chỉ]	14
おぼえ	ない	おぼえた	nhớ	17
おり	ない	おりた	xuống [tàu]	16
かえ	ない	かえた	đổi, trao đổi	18
かえ	ない	かえた	đổi	23
かけ	ない	かけた	gọi [điện thoại]	7
かけ	ない	かけた	đeo [kính]	22
かり	ない	かりた	mượn, vay	7
かんがえ	ない	かんがえた	nghĩ, suy nghĩ	25
き	ない	きた	mặc (áo sơ mi, v.v.)	22
きを つけ	ない	きを つけた	chú ý, bảo trọng	21
くれ	ない	くれた	cho, tặng (tôi)	24
しめ	ない	しめた	đóng (cửa, cửa sổ)	14
しらべ	ない	しらべた	tìm hiểu, kiểm tra, điều tra	20
すて	ない	すてた	vứt, bỏ, bỏ đi	18
たべ	ない	たべた	ăn	6
たり	ない	たりた	đủ	25
つかれ	ない	つかれた	mệt	13
つけ	ない	つけた	bật	14
でかけ	ない	でかけた	ra ngoài	17
でき	ない	できた	có thể	18
で	ない	でた	[tiền thừa] ra, chạy ra	23

	thể ます		thể て	thể nguyên dạng
出ます [きっさてんを～]	で	ます	でて	でる
出ます [だいがくを～]	で	ます	でて	でる
止めます	とめ	ます	とめて	とめる
寝ます	ね	ます	ねて	ねる
乗り換えます	のりかえ	ます	のりかえて	のりかえる
始めます	はじめ	ます	はじめて	はじめる
負けます	まけ	ます	まけて	まける
見せます	みせ	ます	みせて	みせる
見ます	み	ます	みて	みる
迎えます	むかえ	ます	むかえて	むかえる
やめます [かいしゃを～]	やめ	ます	やめて	やめる
忘れます	わすれ	ます	わすれて	わすれる

thể ない		thể た	nghĩa	bài
で	ない	でた	ra, ra khỏi [quán giải khát]	14
で	ない	でた	ra, tốt nghiệp [đại học]	16
とめ	ない	とめた	dừng, đỗ	14
ね	ない	ねた	ngủ, đi ngủ	4
のりかえ	ない	のりかえた	chuyển, đổi (tàu)	16
はじめ	ない	はじめた	bắt đầu	16
まけ	ない	まけた	thua	21
みせ	ない	みせた	cho xem, trình	14
み	ない	みた	nhìn, xem	6
むかえ	ない	むかえた	đón	13
やめ	ない	やめた	bỏ, thôi [việc công ty]	21
わすれ	ない	わすれた	quên	17

Nhóm III

	thể ます		thể て	thể nguyên dạng
案内します	あんないし	ます	あんないして	あんないする
運転します	うんてんし	ます	うんてんして	うんてんする
買い物します	かいものし	ます	かいものして	かいものする
来ます	き	ます	きて	くる
結婚します	けっこんし	ます	けっこんして	けっこんする
見学します	けんがくし	ます	けんがくして	けんがくする
研究します	けんきゅうし	ます	けんきゅうして	けんきゅうする
コピーします	コピーし	ます	コピーして	コピーする
散歩します［こうえんを～］	さんぽし	ます	さんぽして	さんぽする
残業します	ざんぎょうし	ます	ざんぎょうして	ざんぎょうする
します	し	ます	して	する
します［ネクタイを～］	し	ます	して	する
修理します	しゅうりし	ます	しゅうりして	しゅうりする
出張します	しゅっちょうし	ます	しゅっちょうして	しゅっちょうする
紹介します	しょうかいし	ます	しょうかいして	しょうかいする
食事します	しょくじし	ます	しょくじして	しょくじする
心配します	しんぱいし	ます	しんぱいして	しんぱいする
説明します	せつめいし	ます	せつめいして	せつめいする
洗濯します	せんたくし	ます	せんたくして	せんたくする
掃除します	そうじし	ます	そうじして	そうじする
連れて来ます	つれてき	ます	つれてきて	つれてくる
電話します	でんわし	ます	でんわして	でんわする
勉強します	べんきょうし	ます	べんきょうして	べんきょうする
持って来ます	もってき	ます	もってきて	もってくる
予約します	よやくし	ます	よやくして	よやくする
留学します	りゅうがくし	ます	りゅうがくして	りゅうがくする

thể ない		thể た	nghĩa	bài
あんないし	ない	あんないした	hướng dẫn, giới thiệu, dẫn đường	24
うんてんし	ない	うんてんした	lái	18
かいものし	ない	かいものした	mua sắm, mua hàng	13
こ	ない	きた	đến	5
けっこんし	ない	けっこんした	kết hôn, lập gia đình, cưới	13
けんがくし	ない	けんがくした	tham quan kiến tập	16
けんきゅうし	ない	けんきゅうした	nghiên cứu	15
コピーし	ない	コピーした	copy, phô-tô	14
さんぽし	ない	さんぽした	đi dạo [ở công viên]	13
ざんぎょうし	ない	ざんぎょうした	làm thêm giờ	17
し	ない	した	làm, chơi	6
し	ない	した	đeo [cà vạt]	22
しゅうりし	ない	しゅうりした	sửa chữa, tu sửa	20
しゅっちょうし	ない	しゅっちょうした	đi công tác	17
しょうかいし	ない	しょうかいした	giới thiệu	24
しょくじし	ない	しょくじした	ăn cơm, dùng bữa	13
しんぱいし	ない	しんぱいした	lo lắng	17
せつめいし	ない	せつめいした	giải thích, trình bày	24
せんたくし	ない	せんたくした	giặt (áo quần)	19
そうじし	ない	そうじした	dọn vệ sinh (căn phòng)	19
つれてこ	ない	つれてきた	dẫn (một ai đó) đến	24
でんわし	ない	でんわした	gọi điện thoại	16
べんきょうし	ない	べんきょうした	học	4
もってこ	ない	もってきた	mang đến	17
よやくし	ない	よやくした	đặt chỗ, đặt trước	18
りゅうがくし	ない	りゅうがくした	du học	21

監修 Biên tập nội dung
鶴尾能子（Tsuruo Yoshiko） 石沢弘子（Ishizawa Hiroko）

執筆協力 Biên soạn
田中よね（Tanaka Yone） 澤田幸子（Sawada Sachiko） 重川明美（Shigekawa Akemi）
牧野昭子（Makino Akiko） 御子神慶子（Mikogami Keiko）

ベトナム語翻訳監修 Biên tập bản dịch tiếng Việt
五味政信（Gomi Masanobu）

ベトナム語翻訳 Biên dịch tiếng Việt
Ngô Quang Vinh

本文イラスト Hình minh họa
田辺澄美（Tanabe Kiyomi） 佐藤夏枝（Sato Natsue）

装丁デザイン Trình bày bìa
山田武（Yamada Takeshi）

写真提供
栃木県、姫路市、広島県

みんなの日本語 初級Ⅰ 第2版
翻訳・文法解説 ベトナム語版

2008年12月 4 日 初版第 1 刷発行
2013年 3 月27日 第 2 版第 1 刷発行
2024年 5 月13日 第 2 版第11刷発行

編著者　スリーエーネットワーク
発行者　藤嵜政子
発　行　株式会社スリーエーネットワーク
　　　　〒102-0083　東京都千代田区麹町 3 丁目 4 番
　　　　　　　　　　トラスティ麹町ビル 2 F
　　　　電話　営業　03（5275）2722
　　　　　　　編集　03（5275）2725
　　　　https://www.3anet.co.jp/
印　刷　萩原印刷株式会社

ISBN978-4-88319-633-3 C0081
落丁・乱丁本はお取替えいたします。
本書の全部または一部を無断で複写複製（コピー）することは著作権法上
での例外を除き、禁じられています。
「みんなの日本語」は株式会社スリーエーネットワークの登録商標です。

みんなの日本語シリーズ

みんなの日本語 初級I 第2版

- 本冊（CD付） ……………… 2,750円（税込）
- 本冊 ローマ字版（CD付）…… 2,750円（税込）
- 翻訳・文法解説 …………… 各2,200円（税込）
  英語版／ローマ字版【英語】／中国語版／韓国語版／
  ドイツ語版／スペイン語版／ポルトガル語版／
  ベトナム語版／イタリア語版／フランス語版／
  ロシア語版(新版)／タイ語版／インドネシア語版／
  ビルマ語版／シンハラ語版／ネパール語版
- 教え方の手引き …………… 3,080円（税込）
- 初級で読めるトピック25 …. 1,540円（税込）
- 聴解タスク25 ……………… 2,200円（税込）
- 標準問題集 ………………… 990円（税込）
- 漢字 英語版 ……………… 1,980円（税込）
- 漢字 ベトナム語版 ………… 1,980円（税込）
- 漢字練習帳 ………………… 990円（税込）
- 書いて覚える文型練習帳 … 1,430円（税込）
- 導入・練習イラスト集 ……… 2,420円（税込）
- CD 5枚セット ……………… 8,800円（税込）
- 会話DVD …………………… 8,800円（税込）
- 会話DVD　PAL方式 …… 8,800円（税込）
- 絵教材CD-ROMブック …… 3,300円（税込）

みんなの日本語 初級II 第2版

- 本冊（CD付） ……………… 2,750円（税込）
- 翻訳・文法解説 …………… 各2,200円（税込）
  英語版／中国語版／韓国語版／ドイツ語版／
  スペイン語版／ポルトガル語版／ベトナム語版／
  イタリア語版／フランス語版／ロシア語版(新版)／
  タイ語版／インドネシア語版／ビルマ語版／
  ネパール語版
- 教え方の手引き …………… 3,080円（税込）
- 初級で読めるトピック25 …. 1,540円（税込）
- 聴解タスク25 ……………… 2,640円（税込）
- 標準問題集 ………………… 990円（税込）
- 漢字 英語版 ……………… 1,980円（税込）
- 漢字 ベトナム語版 ………… 1,980円（税込）
- 漢字練習帳 ………………… 1,320円（税込）
- 書いて覚える文型練習帳 … 1,430円（税込）
- 導入・練習イラスト集 ……… 2,640円（税込）
- CD 5枚セット ……………… 8,800円（税込）
- 会話DVD …………………… 8,800円（税込）
- 会話DVD　PAL方式 …… 8,800円（税込）
- 絵教材CD-ROMブック …… 3,300円（税込）

みんなの日本語 初級 第2版

- やさしい作文 ……………… 1,320円（税込）

みんなの日本語 中級I

- 本冊（CD付） ……………… 3,080円（税込）
- 翻訳・文法解説 …………… 各1,760円（税込）
  英語版／中国語版／韓国語版／ドイツ語版／
  スペイン語版／ポルトガル語版／フランス語版／
  ベトナム語版
- 教え方の手引き …………… 2,750円（税込）
- 標準問題集 ………………… 990円（税込）
- くり返して覚える単語帳 …… 990円（税込）

みんなの日本語 中級II

- 本冊（CD付） ……………… 3,080円（税込）
- 翻訳・文法解説 …………… 各1,980円（税込）
  英語版／中国語版／韓国語版／ドイツ語版／
  スペイン語版／ポルトガル語版／フランス語版／
  ベトナム語版
- 教え方の手引き …………… 2,750円（税込）
- 標準問題集 ………………… 990円（税込）
- くり返して覚える単語帳 …… 990円（税込）

- 小説 ミラーさん
  ―みんなの日本語初級シリーズ―
- 小説 ミラーさんII
  ―みんなの日本語初級シリーズ―
  …………………… 各1,100円（税込）

スリーエーネットワーク

ウェブサイトで新刊や日本語セミナーをご案内しております。
https://www.3anet.co.jp/